हे पुस्तक समर्पित आहे,
अशा लोकांना, जे विकलांग असले तरी
त्यांचा विश्वास अदम्य आहे,
ते नेत्रहीन असले तरी आपल्या
विश्वासरूपी नेत्रांनी बघताहेत...

अनुक्रमणिका

भूमिका	अढळ विश्वास नियम मनोदशा उजळवण्याचा राजमार्ग	९

पहिला विश्वास नियम
१ जसा विश्वास तशी भावना, जशी भावना तसे वर्तन, जसे वर्तन तसा परिणाम आणि जसा परिणाम तसा विश्वास — १५
२ विश्वासानेच प्रारंभ, विश्वासानेच अंत — २१

दुसरा विश्वास नियम
३ जसे विश्वासाचे बीज, तशी फळाची गुणवत्ता — २७
४ विश्वासाने लिहा, ईश्वराची सहमती मिळवा — ३३

तिसरा विश्वास नियम
५ अपने आप परोसा, ईश्वरपर भरोसा — ४३
६ तू जागृत होशील, तेव्हाच विश्वास दृढ होईल — ४७

चौथा विश्वास नियम
७ आपल्या मुखाने केलेले वर्णन प्रत्यक्ष घडेल — ५५
८ विश्वासवाणीद्वारे औषध तयार करा — ६१
९ विश्वासवाणीची घोषणा — ६६

पाचवा विश्वास नियम	१० विश्वासघात भ्रम आहे, विश्वास हेच योग्य कर्म आहे	७३
	११ घटना विश्वासाचा आरसा आहेत	७९
सहावा विश्वास नियम	१२ शंभर टक्के विश्वास आणि आंतरिक रूपांतरण एकाच वेळी घडत असतं	८५
	१३ विश्वासध्यान	९१
सातवा विश्वास नियम	१४ विश्वासाचा अंतिम विकास–तेजविश्वास	९७
	१५ तर्क आणि दृश्य यांपलीकडे– तेजविश्वास	१०२
	१६ आनंदाची भावना – तेजविश्वास	१०७
झिरो विश्वास नियम	१७ विश्वासाला जसा अंत नाही– तसा प्रारंभही नाही विश्वासात आहे केवळ पूर्ण विश्वास	११५
	१८ आत्मसाक्षात्कार मिळणे हा सर्वांचा जन्मसिद्ध अधिकार आहे आणि माझादेखील!	१२०
परिशिष्ट विभाग	अंधविश्वासाचे रुपांतर विश्वासात कसे कराल	१२५
	१९ सात प्रकारचे विश्वास निस्संशय, निस्सीम, निरपेक्ष	१२७
	२० अंधविश्वास, अविश्वास, विश्वास आणि उमेद सात प्रश्नोत्तरे	१३३

सात नियमांचा लाभ कसा घ्याल?

१. हे पुस्तक पूर्ण विश्वासाने वाचा. यामध्ये केलेल्या मार्गदर्शनाचा उपयोग आपल्या दैनंदिन जीवनात करा. यामुळे तुमचा विश्वास दृढ होण्यास मदत होईल.

२. या पुस्तकात सात विश्वासनियम सांगितले असून प्रत्येक नियम परिपूर्ण आहे.

३. आपण आपल्या जीवनातील विश्वास बदलून, येणारे परिणाम बदलू इच्छित असालें तर वाचा पहिला विश्वासनियम!

४. तुम्ही दाखवलेल्या विश्वासावर निसर्ग कार्य कसा करतो आणि तुम्हाला हवं ते कसं मिळतं, हे समजून घ्यायचं असेल, तर वाचा दुसरा विश्वासनियम!

५. भूतकाळातील नकारात्मक घटनांचं ओझं आणि भविष्यात घडणाऱ्या घटनांच्या भीतीपासून मुक्त होऊ इच्छित असाल, तर तुमच्यासाठी आहे तिसरा विश्वासनियम!

६. 'मी माझ्या दैनंदिन आयुष्यात विश्वास प्रत्यक्षात कसा आणू', असा तुम्हाला प्रश्न पडला असेल आणि तुमच्या कोणत्याही समस्येवर दृढ विश्वास हे औषध तुम्हाला घ्यायचं असेल, तर वाचा चौथा विश्वासनियम!

७. विश्वासघाताच्या दु:खापासून मुक्त होऊन आयुष्याच्या प्रत्येक क्षेत्रात विश्वास वाढवायचा असेल, तर तुमच्यासाठीच आहे पाचवा विश्वास नियम!

८. तुमच्या आयुष्यात प्रत्येक क्षेत्रात तुम्ही परिवर्तन घडवू इच्छित असाल आणि त्यात येणाऱ्या अडचणींवर मात करायची असेल, तर तुम्हाला उपयुक्त ठरेल सहावा विश्वासनियम!

९. विश्वासाच्या पायरीवरून ईश्वरी विश्वासाकडे एक पाऊल पुढे टाकायचे असेल, तर तुम्हाला मार्गदर्शन करेल सातवा विश्वासनियम!

१०. तुम्हाला अंधविश्वासातून मुक्त व्हायचं असेल, तर प्रस्तुत पुस्तकाच्या शेवटच्या भागात तुमचं उत्तर सापडेल.

११. विश्वासनियमावर आधारित सरश्री यांच्याद्वारे दिला गेलेला संदेश ऐकण्यासाठी यु-ट्यूबची खाली दिलेली लिंक पाहा...

   https://www.youtube.com/watch?v=yl6aspf7HmQ

भूमिका

अढळ विश्वास नियम
मनोदशा उजळवण्याचा राजमार्ग

एकदा पहाटे एक व्यक्ती फिरण्यासाठी बागेत गेली. तिथे तिची नजर दुसऱ्या एका माणसावर पडली. तो माणूस त्याच्या एक वर्षाच्या बाळाला हवेत उंचावर उडवून झेलत होता. बाळाला हवेत उंचावलं, की ते बाळ आनंदी होत होतं. जितक्या उंचीवर त्याला उडवलं जात होतं, तितकं ते बाळ खूश व्हायचं.

हे दृश्य पाहून बागेत फिरायला आलेल्या व्यक्तीच्या मनात आलं, 'इतक्या उंचीवरून झेलूनही त्या बाळाला भीती कशी वाटत नाही? ते बाळ इतकं निश्चिंत आणि आनंदी कसं राहू शकतं?'

हा प्रसंग त्या व्यक्तीच्या डोळ्यात अंजन घालून गेला. असं कुठलं कारण असेल, ज्यामुळे त्या बाळाला उंचीची भीती वाटत नसेल, याचा विचार तो करू लागला. काही वेळानंतर त्याला त्याच्याच अंतर्मनातून उत्तर मिळालं, की त्या बाळाचा आपल्या वडिलांवर असलेला अढळ विश्वास आणि वडिलांच्या हातात आपण सुरक्षित आहोत ही भावना, हेच त्या बाळाच्या आनंदाचं रहस्य आहे.

हा विचार आल्यानंतर लगेच त्या माणसाच्या मनात विचार आला, इतका विश्वास ईश्वरावरही ठेवला जाऊ शकतो का? एखाद्या मोठ्या संकटात सापडल्यानंतरही माणूस असा विचार करू शकतो का, की ज्या ईश्वरानं संकटात टाकलं आहे, तोच त्यातून बाहेर पडण्याचा मार्गही दाखवेल आणि हाच विचार त्या माणसाच्या विचारांना एक नवी दिशा देऊन गेला. दैनंदिन समस्यांमध्ये आपल्या मनोदशेला विश्वासाची शक्ती देऊन सकारात्मक कसं ठेवता येईल, याचं कोडं त्याला उलगडलं.

मनुष्यात प्रेम आणि विश्वास हे दोनच गुण असे आहेत, जे त्याला जन्मजात मिळतात.

बालकामध्ये प्रेम आणि विश्वास जन्मजात असतोच. त्यामुळे जेव्हा एखादा पिता आपल्या बाळाला प्रेमानं हवेत उंचावतो, तेव्हा त्याला विश्वास असतो, की ज्यांनी हवेत उंचावलं आहे ते सांभाळूनही घेतील. मात्र मूल जसजसं मोठं होत जातं, तसतसं बाह्य घटनांमुळे त्याच्यात क्रोध, अविश्वास, द्वेष या भावना निर्माण होऊ लागतात.

अशा वेळी जर त्याला योग्य मार्गदर्शन मिळालं, तर त्याचे नकारात्मक विचार सकारात्मकतेत परिवर्तित होऊ शकतात. मग बाह्य गोष्टीमुळे आपण आपला विश्वास गमावत आहोत, दु:ख, काळज्या, चिंतेला आमंत्रण देत आहोत याची त्या मुलाला जाणीव होते. आपल्या आयुष्यात जे काही घडतंय, तो आपल्या विश्वासाचेच परिणाम आहे हे त्याच्या लक्षात येईल.

विश्वास म्हणजे काय?

कुठल्याही गोष्टीत दृढतेची भावना असणं म्हणजे विश्वास! विश्वास तर सर्वांमध्येच असतो. फरक इतकाच, की तो कधी सकारात्मकतेसाठी असतो, तर कधी नकारात्मकतेसाठी. विश्वास ही गोष्ट आपल्या आयुष्यात चुंबकाचं काम करते, जी आपल्याकडे सकारात्मक अथवा नकारात्मक गोष्टी खेचून आणते.

जसं, काही लोकांचा सकारात्मकतेवर विश्वास असतो, की त्यांना सर्वकाही सर्वोत्तम मिळतं आहे. आपल्याशी इतर लोकही चांगलंच वर्तन करत आहेत असा विचार करणाऱ्यांना त्यांच्या आयुष्यात सर्वकाही बेस्टच मिळतं. मात्र ज्या वेळी याउलट वर्तन घडतं, म्हणजे लोक आपल्याशी व्यवस्थित वागत नाहीत, आपला विश्वासघात करतात किंवा लोकांना आपली पर्वाच नाहीये, असा जेव्हा व्यक्ती विचार करू लागते, तेव्हा तिच्या आयुष्यात नकारात्मक गोष्टीच घडत जातात.

हे एका उदाहरणाच्या माध्यमातून समजून घेऊ या. दोन मित्र आहेत. त्यापैकी

एक अभ्यासात हुशार आणि दुसरा थोडा कमजोर. दुसरा मित्र अभ्यास करूनही अपयशी ठरतो. मात्र पहिला मित्र प्रत्येक वेळी दुसऱ्याला दिलासा देतो, की तूसुद्धा यश मिळवू शकतोस. 'तुझ्यात ती क्षमता आहे आणि हा माझा विश्वास आहे.' मित्राच्या या प्रेरणादायी शब्दांमुळे दुसरा मित्र पुन्हा प्रयत्न करतो आणि परीक्षेत उत्तीर्ण होतो.

या उदाहरणातला दुसरा मित्र प्रयत्न करूनही परीक्षेत अपयशी ठरत होता. कारण मिळालेल्या अपयशानं त्याच्यामधला आत्मविश्वास नकारात्मक झाला होता. मात्र दुसऱ्या मित्राचा यावर विश्वास होता, की अभ्यास वगैरे करणं मला जमणार नाही. मी कितीही अभ्यास केला तरी अपयशीच ठरणार आहे. अशा वेळी पहिल्या मित्रानं त्याच्यावर सकारात्मक विश्वास दर्शवला. त्यामुळे त्याचा विश्वास सकारात्मकतेत बदलून त्याला यश मिळालं.

सांगण्याचं तात्पर्य हे, की तुमचा सकारात्मक विश्वास तुम्हाला एका उंचीवर घेऊन जातो. तुमची ताकद बनतो पण हाच विश्वास नकारात्मक असेल, तर तो तुम्हाला पतनाकडे घेऊन जाईल. या विचाराला आधार मानून स्वत:मधल्या विश्वासाचं मनन करूया...

१. तुमच्यात सकारात्मक आणि नकारात्मक असा कोणता विश्वास कार्यरत आहे?

२. नकारात्मक विश्वास बदलला, तर आपल्या आयुष्यात परिवर्तन येईल, असं तुम्हाला वाटतं का?

३. विश्वास ही एक आंतरिक शक्ती आहे आणि ती प्रत्येकाजवळ असायलाच हवी, असं तुम्हाला वाटतं का?

विश्वास हीच विश्वातील सर्वोच्च शक्ती आहे, असं जर तुम्हाला वाटत असेल, तर तुमचा हाच विश्वास तुमच्या सर्व समस्यांच्या उत्तराची किल्ली ठरेल. या किल्लीमुळे तुम्ही प्रत्येक क्षेत्रातील यशाची आणि समृद्धीची कवाडं उघडू शकता.

का असावा विश्वास...?

मनुष्य जेव्हा स्वत:वर आणि निसर्गावर विश्वास ठेवायला शिकेल, तेव्हा त्याला जाणीव होईल, की आयुष्य खूप सहज आणि सुंदर आहे. आपले नकारात्मक विचारच या सुंदरतेत बाधा आणत होते. प्रत्येकाला त्याच्या आयुष्यात जे काही मिळालंय, त्याचं कारण विश्वास हेच आहे पण आता वेळ आहे, हा विश्वास आणखी दृढ करण्याची.

विश्वास प्रत्येकामध्येच असतो, ही चांगलीच गोष्ट आहे. आपलं काम आहे, ते

केवळ त्या विश्वासाला सकारात्मकतेकडे वळवण्याचं. आम्हाला विश्वास वाटतो, या पुस्तकामुळे तुमचा विश्वास निश्चितच सकारात्मकतेकडे वळेल. हे पुस्तक तुमच्याजवळ असणंच दर्शवतं, की विश्वासाची उंची गाठण्यासाठी तुम्ही तयार आहात.

या पुस्तकात सांगितलेले सात विश्वासनियम तुमच्या आयुष्याचा संपूर्ण आराखडाच बदलून टाकू शकतात. तुम्हाला हवं ते तुम्ही मिळवू शकता. अर्थात त्यात सर्वांच्या भल्याचाच विचार असावा. त्यामुळे ईश्वरावर पूर्णांशाने विश्वास ठेवा. त्यात कंजुषी करू नका. कारण या विश्वासाच्या आधारेच लोक असाध्य आजारापासून मुक्ती मिळवू शकतात. दिव्यांग व्यक्तींना एव्हरेस्ट शिखर पार करताना आपण पाहिलं आहे. बिघडलेली नाती पुन्हा सावरताना, गरिबाला धनवान होताना, या आणि अशा अनेक अशक्यप्राय वाटणाऱ्या घटना शक्य होताना आपण बघितल्या पण हे शक्य झालं ते केवळ दृढविश्वासामुळेच! तसंच ईश्वरीय अस्तित्वावर दृढ, अचल विश्वास ठेवून, अखंड साधना करून अनेक महात्म्यांनी मोक्ष अर्थात स्वबोध अवस्था प्राप्त केल्याचंही आपण ऐकलंय.

चला तर मग, आपणही त्याच विश्वासानं पुस्तकाचं पहिलं पान अशा प्रकारे उघडूयात, की शेवटचं पान वाचताना आपण स्वत:च एक चालता बोलता 'विश्वास' बनूया...

…सरश्री

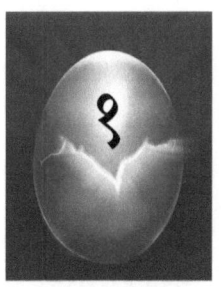

पहिला विश्वासनियम

जसा विश्वास तशी भावना,
जशी भावना तसे वर्तन,
जसे वर्तन तसा परिणाम,
आणि जसा परिणाम तसा विश्वास

आपल्याला जर यशाचे शिखर गाठायचे असेल,
तर आधी विश्वासही तशाच उंचीवर नेला पाहिजे..
लक्षात ठेवा, विश्वासाचेच दुसरे नाव चमत्कार आहे.

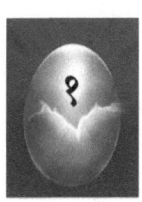

जसा विश्वास तशी भावना,
जशी भावना तसे वर्तन,
जसे वर्तन तसा परिणाम,
आणि जसा परिणाम तसा विश्वास

दररोज आकार बदलणारी फोटोफ्रेम कुणी पाहिली आहे का? म्हणजे आज जी फोटोफ्रेम लहान असेल ती उद्या मोठी होणार -आज जास्त लांब असेल तर उद्या कदाचित ती जास्त रुंद होणार- नाही ना? पण अगदी अशीच आणि रोज आपला आकार बदलणारी एक फोटोफ्रेम प्रत्येक माणसामध्ये असते आणि ती म्हणजे कधी उलट तर कधी सुलट, एखाद्या चक्रासारखी फिरणारी 'फेथफ्रेम'- विश्वास चौकट! चला तर आपण याचा अर्थ समजून घेऊ या.

फेथ म्हणजे विश्वास आणि इथे फ्रेमचा अर्थ आहे चार कोपरे किंवा कोन. अशा प्रकारे फेथफ्रेमला विश्वास चौकटदेखील म्हणता येईल.

प्रत्येक माणसामध्ये ही फेथफ्रेम अस्तित्वात असतेच. शिवाय ती बाह्य घटनांप्रमाणे बदलत राहते. आयुष्यातल्या काही घटना तिच्यातील विश्वास वाढवतात तर काही घटना विश्वास कमी करतात पण जीवनात कोणत्याही गोष्टीचा परिणाम त्या वेळच्या विश्वास चौकटीच्या आकारावर अवलंबून असतो. तुमच्या विश्वास चौकटीचा

आकार समतोल वाढावा अशी जर तुमची इच्छा असेल, तर तुम्हाला स्वत:च्या जीवनात विश्वासाविषयी समज किंवा आकलन प्रगल्भ करावे लागेल. त्यासाठी प्रथम तुम्हाला त्या फ्रेमच्या चारही कोपऱ्यांना योग्य प्रकारे समजून घ्यावे लागेल. त्यांना जर एकत्रितपणे जोडले तर पहिला आणि सर्वांत मुख्य विश्वासनियम असा तयार होतो –

[१]जसा विश्वास तशी भावना... [२] जशी भावना तसे वर्तन... [३]जसे वर्तन तसा परिणाम... [४]जसा परिणाम तसा विश्वास.

विश्वासनियमाचे हे चक्र दोन दिशांमध्ये फिरत राहते. नकारात्मक आणि सकारात्मक. जेव्हा हे चक्र सकारात्मक असते, तेव्हा माणसाचा विश्वास आभाळाच्या उंचीला टेकतो. याउलट जर कुणाचा विश्वास दुर्बळ आणि डळमळीत असेल, तर विश्वास चौकटीचे चक्र उलट दिशेने फिरते.

चला तर, टीम ए आणि टीम बी च्या माध्यमातून हे चक्र सोप्या पद्धतीने समजून घेऊयात.

नकारात्मक विश्वासचक्र

एकदा टीम एच्या गावी एक मॅच खेळली जात होती. या खेळात टीम ए सतत टीम बी च्या पुढे होती. कारण तिला तिचे चाहते खूप मोठ्या प्रमाणात प्रोत्साहित करत होते. त्या वेळी टीम ए साठी होणाऱ्या घोषणा आणि टाळ्यांचा कडकडाट सतत वाढतच जात होता.

या वातावरणात टीम बी चा आत्मविश्वास कमी–कमी व्हायला लागतो. जस–

जशी परिस्थिती पुढे-पुढे जायला लागते, तसतसा टीम बी चा विश्वास 'आम्ही जिंकू' वरून बदलत 'आम्ही हरणार' या भावनेत परावर्तित होऊ लागतो. अशा प्रकारे एका लहानशा नकारात्मक विचारामुळे नकारात्मक चक्राची सुरुवात होऊ लागते.

आता टीममध्ये अशा नकारात्मक विचारांमुळे हरण्याची खात्री झाल्याने आपण निश्चितच हरणार, असा विश्वास जागृत होतो. मग जसा विश्वास तशी भावना बदलत जाते. त्यांच्या भावनेवर निराशेचं सावट पसरून त्यांचं मनोबल कमी होऊ लागतं. त्यानंतर 'जशी भावना तसे वर्तन' असं होऊन खेळात बेपर्वाई येते. मग ते चुका करू लागतात आणि अयोग्य फटके मारू लागतात. असं करून ते जिंकण्याच्या लहान लहान संधीही गमावायला लागतात. याचाच अर्थ, जसे वर्तन तसा परिणाम त्यांना मिळतो. अशा प्रकारे टीम बी ची स्थिती अत्यंत वाईट होऊ लागते. त्यांच्या स्कोअरची संख्या फार वाढत नाही. त्यांचे खेळाडूही आत्मविश्वास गमावल्याने लवकर बाद होत जातात. तात्पर्य, जसा परिणाम मिळाला तसा हरण्याचा विश्वासही वृद्धिंगत होत गेला आणि शेवटी टीम बी हरली...

सकारात्मक विश्वासचक्र

याच परिस्थितीत टीम ए च्या बाबतीत काय झालं ते बघूया. जसजशी त्यांची विजयाकडे वाटचाल सुरू झाली, तसतसा 'ते जिंकू शकतात' यावरचा त्यांचा विश्वास दृढ होऊ लागला.

जसा विश्वास तशी भावना – या प्रक्रियेत त्यांचा जोम वाढू लागला. त्यांना उत्साही आणि आनंदी वाटू लागले. म्हणून जशी भावना तसे वर्तन त्यांच्याकडून घडले. ते मैदानात अधिक प्रभावी आणि कौशल्याने खेळण्यासाठी प्रेरित झाले. योग्य पद्धतीने खेळून त्यांनी आपले सर्व बळ पणाला लावले.

मग जसे वर्तन तसा परिणाम खेळात दिसला. खेळात त्यांची स्थिती सुधारत गेली. त्यानंतर जसा परिणाम झाला तसा त्यांचा 'आपण जिंकू शकतो' हा विश्वासही आणखी दृढ झाला आणि अखेरीस ते मॅच जिंकले.

जरी दोन्ही टीम्सनी 'आज आपण जिंकणार' या एकाच विचाराने सुरुवात केली होती, तरी नंतर टीम बी खेळात हरली. याचा अर्थ, त्यांना विश्वास नव्हता म्हणून नव्हे, तर खेळताखेळता मध्येच त्यांचे नकारात्मक विश्वासाचे चक्र फिरू लागले होते म्हणून! आता या उदाहरणात कल्पना करा, की जर टीम बी चा विचार नकारात्मक नसता, 'आपणच जिंकू' या विश्वासासह दोन्ही टीम्स खेळल्या असत्या, तर हा खेळ

कोणी जिंकला असता? आपापल्या सकारात्मक विचारांच्या, विश्वासाच्या प्रभावामुळे सामना शेवटपर्यंत अटीतटीचा झाला असता.

अशा वेळी विश्वासाची दृढता हीच विजय किंवा यश निश्चित करते. कारण लोकांच्या फेथफ्रेमचा आकार सतत बदलत राहतो. एखाद्या परिस्थितीत तो वाढतो तर अन्य एखाद्या परिस्थितीत तो नाहीसाही होतो. शेवटी ज्या टीमचा विश्वास शेवटपर्यंत टिकतो, तीच टीम जिंकते.

टीम ए प्रमाणे जर तुम्हालाही आपल्या जीवनात विश्वासाचा सर्वांत जास्त फायदा घ्यावासा वाटत असेल, तर प्रथम विश्वासनियम आणि त्यांची सखोलता नीट समजून घ्यायला हवी. कारण हे नियम मानवाच्या जीवनात अदृश्य रूपात कार्यरत असतात. मग ते कोणी मानो किंवा न मानो, जाणो किंवा न जाणो...

म्हणून पहिल्या आणि मुख्य विश्वासनियमाला आपल्या जीवनाचा एक अविभाज्य भाग करून घ्यायला हवा.

एखाद्या क्षेत्रात असलेला भावी परिणाम बदलावा, असे जर तुम्हाला वाटत असेल, तर अविश्वासाच्या दुष्टचक्रातून तुम्हाला प्रथम बाहेर पडावे लागेल. मग ज्या गोष्टीची तुम्हाला इच्छा असेल, त्या दिशेने एक लहानसे पाऊल उचलावे लागेल. त्यानंतर फेथफ्रेमच्या चारही कोपऱ्यांपैकी कोणतातरी एक कोपरा नीटपणे सांभाळून घ्यावा लागेल, ज्यायोगे इतर सर्व कोपरेही सांभाळले जातील.

मग आता प्रश्न हा उद्भवतो, की फेथफ्रेमच्या चारही कोपऱ्यांपैकी कोणता कोपरा निवडून त्यावर काम करावे? प्रत्येकासाठी याचे उत्तर निरनिराळे असू शकते. कारण काही जणांना प्रथम आपला विश्वास बदलणे सोपे वाटते...काही जणांना भावना बदलणे तर काही जणांना वर्तन बदलण्याचा प्रयत्न करणे हेदेखील सोपे वाटू शकते.

यासाठी तुम्ही कोणत्याही कोपऱ्यापासून सुरुवात करा, विश्वासाचे चक्र सुलट फिरणे महत्त्वाचे आहे. कितीतरी वेळा एखाद्या छोट्याशा बदलामध्येही तुमचा विश्वास, भावना, वर्तन आणि परिणाम बदलण्याची क्षमता असते.

सारा गेल्या सहा महिन्यांपासून नोकरी मिळवण्यासाठी खूप प्रयत्न करत होती पण तिला काही केल्या यश मिळत नव्हते. तिला मिळालेल्या प्रत्येक नकाराबरोबर तिचा नकारात्मक विश्वासही वाढत जात होता. सुरुवातीला लहानसा वाटणारा चुकीचा विचारदेखील हळूहळू जीवनाचं वास्तव बनतो, सत्यात परिवर्तित होतो. अशा प्रकारे साराचाही विश्वास, भावना, वर्तन आणि परिणाम, सर्व काही नकारात्मक होऊ लागलं

होतं. मात्र जेव्हा परिस्थिती हाताबाहेर जाऊ लागली, तेव्हा तिने विचारपूर्वक ठाम निर्णय घेऊन नकारात्मक चक्राकडून सकारात्मक चक्राकडे वळण्यासाठी पाऊल उचलले.

विश्वास : हे चक्र बदलण्यासाठी साराने खरंतर जाणूनबुजून आपला विश्वास बदलला. 'मला चांगली नोकरी मिळणे शक्य नाही', किंवा 'मी इंटरव्ह्यूमध्ये अयशस्वी होते,' या विश्वासाऐवजी 'योग्य वेळी मला, माझ्याचसाठी निर्माण झालेली खूप चांगली नोकरी मिळेल,' किंवा 'प्रत्येक इंटरव्ह्यूमध्ये मी जास्त चांगली क्षमता दाखवत आहे,' असा विश्वास तिने मनाशी बाळगला.

भावना : यासाठी आपल्याला क्रोध, निराशा, उदासपणा, अपराधीभाव... अशा भावनांकडे जागरूकपणाने पाहावे लागेल.

सारा इंटरव्ह्यूमध्ये असफल झाल्यामुळे मनात निर्माण होणाऱ्या भावनांबद्दल आता ती जागरूक झाली. तिने त्या भावनांच्या मानसिक व शारीरिक पातळीवर होत असलेल्या परिणामांकडे लक्ष दिले. त्याबरोबरच 'नोकरी मिळणे सोपे आहे, शक्य आहे आणि ती माझ्या योग्यतेप्रमाणे मला नक्कीच मिळणार,' ही भावना स्वत:मध्ये उत्पन्न केली.

वर्तन : याबाबतीत ज्यांना काम करायचे आहे, त्यांना आपलं उच्च लक्ष्य गाठण्यासाठी योग्य पद्धतीने काम करावं लागेल. ज्या विद्यार्थ्याला शिक्षणात चांगले गुण मिळवायचे असतील, त्यांना टिव्ही, मनोरंजन किंवा इंटरनेट यांसारख्या व्यर्थ गोष्टींना चिकटून राहणे बंद करावे लागेल. आपल्या शिक्षणाचा महत्त्वपूर्ण भाग पूर्ण करण्यासाठी त्याला अभ्यास करणाऱ्यांचा एक गट स्थापन करावा लागेल.

साराने जर कृतीवर काम करणे निवडले तर प्रथम ती नोकरी करण्याच्या पद्धतींचा ऑनलाईन शोध घ्यायला सुरुवात करेल. आपल्या जवळच्या नातेवाइकांना किंवा मित्रांना सांगून इंटरव्ह्यूची प्रॅक्टिस (तयारी किंवा सराव) करण्यासाठी त्यांची मदत घेईल. तिला इंटरव्ह्यूसाठी ज्या कंपनीत जायचे आहे, त्या कंपनीची सगळी माहिती ती गोळा करेल. याप्रमाणे काही भक्कम पावले ती टाकेल. त्यामुळे नकारात्मक विश्वासचक्र फिरून ते पुन्हा सुलटे होईल.

परिणाम : मनासारखा परिणाम झाला तर आनंदी होणे आणि परिणाम योग्य नसेल तर दु:खी व उदास होणे, हा मानवी स्वभाव आहे. म्हणून ज्या वेळी मनुष्य नकारात्मकतेला पुष्टी देतो, त्या वेळी नको असलेले परिणामही आयुष्यात आकर्षित होतात. हे कसे होते, ते आपण पुढील भागात विस्ताराने समजून घेऊ या.

या क्षणाला पहिल्या आणि मूळ विश्वासनियमावर काम करताना जेव्हा तुम्ही वर्तन, भावना आणि विश्वासात बदल कराल, तेव्हा तुम्हाला हवा तसा परिणाम मिळेल. कारण विश्वासनियम सर्वांसाठी एकसारखाच काम करतो. म्हणून जीवनाच्या प्रत्येक क्षेत्रात तुम्ही काय परिणाम मिळवू इच्छिता, हे आता तुमच्यावरच अवलंबून आहे.

तुम्हाला जर आयुष्यात आरोग्य, समृद्धी, सफलता, नाती, आध्यात्मिक उन्नती अशा सर्व स्तरांवर आनंदी जीवन हवं असेल, तर विश्वास, भावना, वर्तन यामध्ये कोणते बदल केल्यावर सुयोग्य परिणाम साकारतील, जेणेकरून तुम्हाला प्रभावशाली, सुखद आणि सहज जीवनाचा आनंद घेता येईल, हे सर्वप्रथम पाहावे लागेल.

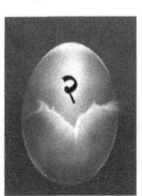

विश्वासानेच प्रारंभ, विश्वासानेच अंत

या नियमात विचार करण्यासारखी महत्त्वपूर्ण गोष्ट ही आहे, की याचा प्रारंभ 'विश्वासा'ने होतो आणि अंतही 'विश्वासा'नेच होतो. म्हणायला जरी हा पहिल्या नियमाचा शेवटचा भाग असला तरी, विश्वासचक्राच्या पुढील आवृत्तीची खरंतर ही सुरुवात आहे. विश्वासाची वाढ एखाद्या चक्राप्रमाणे असल्याने, विश्वास- परिणाम - मग आणखी जास्त विश्वास - अधिक परिणाम - आणि पुढे सर्वाधिक सुयोग्य परिणाम- त्यानंतर याला काही अंतच नसतो.

सुरुवातीला तुम्हाला एखाद्या गोष्टीबद्दल जो विश्वास वाटतो, तो केवळ काही माहिती आणि लोकांकडून ऐकलेल्या गोष्टींवर आधारित असतो, पण जेव्हा तुम्ही त्या विश्वासाचा परिणाम आपल्या जीवनात पाहता, तेव्हा तोच विश्वास तुमच्या अनुभवाच्या पातळीवर येतो. यामुळे विश्वासापासून परिणामापर्यंत आणि परिणामापासून पुन्हा विश्वासापर्यंतच्या या प्रवासाचे महत्त्व खूप जास्त असते. मनुष्याने जर हा प्रवासच केला नाही, तर तो विश्वासाची सर्वोच्च सीमा कधी गाठूच शकणार नाही.

मनुष्याला जेव्हा एखाद्या गोष्टीचे पुरावे मिळतात, तेव्हा त्याचा विश्वास आणखीनच वृद्धिंगत होतो. या वाढलेल्या विश्वासामुळे जेव्हा तीच गोष्ट किंवा घटना त्याच्या आयुष्यात परत येते, तेव्हा त्याच्या भावनेत आणि वर्तनात दृढता येते. त्यातून त्याला पुन्हा चांगले परिणाम मिळतात आणि त्याचा विश्वास आणखीनच दृढ होत जातो.

समजा, रस्त्याने तुम्ही कुठेतरी जात असता आणि तेव्हा एखाद्या तरुणाला कुणा गरिबाला मदत करताना पाहता. हे दृश्य पाहून जर 'लोक किती चांगले आहेत', हा विश्वास तुमच्यात रुजला, तर त्यानंतरही तुम्हाला मदत करणारेच लोक दिसतील, अशी शक्यता आहे. त्यामुळे जगात मदत करणारे लोकही आहेत, हा तुमचा विश्वास आणखी दृढ होईल. त्यातून विश्वासाचे सुलट चक्र सुरू होऊन गरज असेल तेव्हा तुम्हालाही मदत मिळेल, ही भावना मनात रुजेल. कारण निसर्गाचा नियम आहे, की ज्या गोष्टींवर तुमचा विश्वास असतो, त्याचे पुरावे तुम्हाला मिळतातच आणि पुरावे मिळाल्यानंतर तुमचा विश्वासही वाढत जातो.

या नियमात सर्वांत महत्त्वाची भूमिका अंतर्मनाची असते. जेव्हा तुम्हाला एखाद्या गोष्टीचा पुरावा पुन:पुन्हा मिळतो, तेव्हा तोच विश्वास तुमच्या मनाच्या गाभाऱ्यापर्यंत खोलवर पोहोचतो.

या नियमाप्रमाणे जेव्हा मानवी जीवनात काही घटना घडतात, तेव्हा त्या माणसाच्या विश्वासामुळेच घडत असतात, कुठल्या बाह्य कारणांमुळे नव्हेत! जेव्हा माणसाचे अंतर्मन एखाद्या गोष्टीचा स्वीकार करून तिच्यावर विश्वास ठेवतं, तेव्हाच सकारात्मक किंवा नकारात्मक परिणाम दृष्टीस पडतात.

उदाहरणार्थ, 'चार मिनिटांत एक मैल पळणं अशक्य आहे', अशी पूर्वी लोकांची समजूत होती पण महान खेळाडू रॉजर बॅनिस्टरच्या अंतर्मनाला कुठेतरी वाटत होतं, 'हे नक्कीच शक्य आहे'! कारण खरा जोम, आत्मविश्वास त्यांच्या विश्वासातच होता. तोच विश्वास आतून झळकत होता आणि म्हणत होता, 'हो, चार मिनिटांत एक मैल पळणं खरंच शक्य आहे... शक्य आहे... नक्कीच शक्य आहे...' आणि एक दिवस त्या विश्वासानेच वास्तवता दर्शवली.

काही वर्षांपूर्वी चार मिनिटे तेरा सेकंदांत एक मैल पळण्याचे रेकॉर्ड तोडून रॉजरने इतिहास रचला. त्यानंतर अनेक धावपटूंनी त्यांचे रेकॉर्ड मोडण्याचा जिवापाड प्रयत्न केला आणि आश्चर्य म्हणजे रॉजरनंतर जवळपास वीस धावपटू रॉजरचा विक्रम मोडू शकले...

जेव्हा रॉजरला याचं रहस्य विचारलं गेलं, 'अनेक नवे खेळाडू तुमचे रेकॉर्ड मोडू शकले, यामागे काय कारण असू शकतं बरं?' तेव्हा रॉजर म्हणाले, 'प्रथम लोकांना विश्वास होता, की चार मिनिटांत एक मैल पळणे अशक्य आहे. मात्र नंतर मला विश्वास वाटला, 'हे निश्चितच शक्य आहे.' जेव्हा मी ते करून दाखवलं, तेव्हा सर्वांना खात्री पटली आणि माझ्या विश्वासाचा पुरावा मिळाला. या पुराव्यामुळे इतर लोकांच्या मनातही, चार मिनिटांपेक्षाही कमी वेळात एक मैल धावणे सहज शक्य आहे, हा विश्वास जागृत झाला.'

चला, आणखी एका घटनेद्वारे 'विश्वास - भावना - वर्तन - परिणाम - विश्वासचक्र' (पहिला नियम) समजून घेऊ या.

अंगद नावाचा दहा वर्षांचा एक मुलगा शाळेत जाण्यासाठी तयार होत होता. टेबलवर ठेवलेल्या पेल्यातले दूध पिऊन, तो स्कूलबॅग भरायला त्याच्या खोलीत गेला. थोड्या वेळाने त्याचे बाबा आले आणि टेबलावर दुधाचा पेला न दिसल्याने ते काळजीत पडले. त्यांनी घरातल्या सर्वांना याबद्दल विचारलं तेव्हा समजलं, की अंगद ते दूध प्यायला.

'अरे देवा, हे काय झालं?' म्हणत बाबा उद्विग्न झाले. आईने त्यांना याचे कारण विचारले. तेव्हा त्यांनी सांगितलं,'अगं, त्या दुधात पाल पडली होती, म्हणून ते फेकायला मी हातात घेतले होते, पण तेवढ्यात एक अर्जंट फोन आला म्हणून पेला टेबलवर ठेवून मी बाल्कनीत गेलो. मात्र तेवढ्यात अंगद ते दूध प्याला. आता काय होईल माहिती नाही.'

जो अंगद थोड्या वेळापूर्वी शाळेसाठी तयार होत होता, त्याला दुधात पाल पडल्याची गोष्ट ऐकून त्रास होऊ लागला. थोड्या वेळातच त्याचा त्रास इतका वाढला, की त्याला उलट्या होऊ लागल्या. त्याची अवस्था बघून घाबरलेल्या आईने लगेच डॉक्टरांना फोन केला.

तेवढ्यात बाबांची दृष्टी शेजारी स्टुलवर ठेवलेल्या पेल्यावर गेली आणि त्यांना आठवले, की पाल पडलेला पेला त्यांनी स्टुलवर ठेवला होता. प्रथम त्यांनी त्या पेल्यातले दूध फेकून दिले, 'देवाचे आभार मानतो, की अंगद ते दूध प्यायला नाही', असे म्हणत बाबांनी सुटकेचा निःश्वास टाकला.

आपण जे दूध प्यायलो त्यात पाल पडलीच नव्हती, हे जेव्हा अंगदला समजलं, तेव्हा तो नॉर्मल झाला आणि त्याच्या उलट्या थांबल्या.

हे वाचून 'अंगदला उलट्या का झाल्या आणि त्या अचानक बंद कशा झाल्या' याचं तुम्हाला जर नवल वाटल असेल, तर हा त्याच्या अंतर्मनातल्या विश्वासाचा परिणाम होता, की पाल पडलेले दूध पिऊन त्याचा मृत्यू होऊ शकतो.

यावरून हे सिद्ध होते, की तुमचा आंतरिक विश्वासच परिणाम करतो. जर तुमच्या अंतर्मनात विश्वास नसेल तर इतर लोकांचा विश्वास कुचकामी ठरेल पण तुम्ही ज्या गोष्टीवर अंतर्मनातून विश्वास ठेवता, ती वास्तवात येते.

एका तत्त्वज्ञाने म्हटलं आहे, 'जसे वरती तसेच खाली, जसे आत तसे बाहेर.' म्हणजे जसा विश्वास तुमच्या आत, अंतर्मनात असेल, तसेच बाहेर त्याचे प्रकटीकरण होते.

अशी कितीतरी उदाहरणं आजच्या जगात अस्तित्वात आहेत, जी चमत्कारापेक्षा कमी नाहीत पण जेव्हा तुमचा विश्वास अंतर्मनाच्या तळातून येईल, तेव्हाच असा चमत्कार घडेल.

तुम्हीही तुमच्या जीवनात हा विश्वासनियम – 'जसा विश्वास तशी भावना, जशी भावना तसे वर्तन, जसे वर्तन तसा परिणाम आणि जसा परिणाम तसा विश्वास' आपलासा कराल, तर यशाचे शिखर नक्कीच गाठाल.

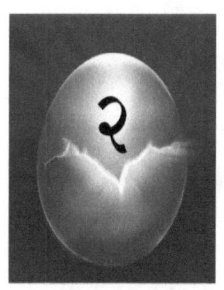

दुसरा विश्वासनियम

जसे विश्वासाचे बीज,
तशी फळाची गुणवत्ता

दाट काळोख असणे हे लवकरच सकाळ होण्याचे लक्षण आहे
संघर्षाच्या काळातून जाणे ही यशाची पूर्वतयारी आहे
म्हणून संशयातून मुक्त होऊन विश्वासाने परिपूर्ण व्हा
कारण संशयाच्या पलीकडेच उत्तम परिणाम आहेत.

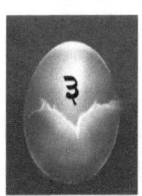

जसे विश्वासाचे बीज,
तशी फळाची गुणवत्ता

रवींद्रनाथ टागोरांनी विश्वासाचे खूप सुंदर वर्णन करताना म्हटले आहे, 'विश्वास अशा पक्ष्यासारखा आहे, जो सकाळ होण्याआधीच्या (पहाटेच्या) अंधारातच चिवचिवायला लागतो.'

खरोखर निसर्गातील सर्व जीव, मग ते वनस्पती असोत, प्राणी असतो किंवा पक्षी – क्षणोक्षणी सर्व आपला विश्वास प्रकट करत असतात. विचार करा, की कोकिळ किती विश्वासाने गातो... मोर किती विश्वासाने नाचतो... सिंह किती विश्वासाने चालतो... निसर्गातील प्रत्येक घटकात विश्वास प्रकट रूपात दिसतो.

फक्त मानवच असा प्राणी आहे, जो कधी विश्वासाप्रमाणे तर कधी विश्वासाच्या विरुद्धही वागतो. याचे मुख्य कारण म्हणजे तो जे बघतो, ज्या वातावरणात राहतो, ज्या लोकांमध्ये वावरतो, त्याप्रमाणे त्याचा विश्वास घडत जातो. ज्या गोष्टी त्याने पाहिलेल्याच नसतात, त्या त्याच्या भावनांत किंवा विचारातदेखील येत नाहीत. मग ज्या त्याच्या भावनात-विचारांतच येत नाहीत, त्यांच्यावर विश्वास ठेवणे त्याच्यासाठी अतिशय कठीण जाते. ज्या विचारांशी तो सहमत

असतो, ते विचार विश्वास बीजरूप धारण करतात – मग ते विचार सकारात्मक असोत वा नकारात्मक!

उदाहरणार्थ– जी मुले लहानपणापासून आपल्या आईवडिलांना इतरांना विनाअट मदत करताना बघतात, ती मोठी झाल्यावर सहजपणे गरजू लोकांना मदत करू शकतात. त्यांना ते सोपे वाटते कारण त्यांच्या आत तसे सकारात्मक बीज पेरले गेलेले असते. लहानपणापासून ते आईवडिलांना म्हणताना ऐकतात, 'सर्वांना विनाअट मदत केली पाहिजे', त्या वेळी त्यांना शंकाही येत नाही आणि लोकांना मदत करण्याची त्यांची शक्यता वाढत जाते.

याप्रमाणे जी मुले आपल्या आईवडिलांना पैशाच्या प्रश्नांशी झगडताना पाहतात, त्यांच्या भावना आणि विचार अभावितपणे नकारात्मक होत जातात. 'पैसे कमी आहेत. वस्तूंची चणचण आहे. पैसे कमावणे कठीण आहे,' असा विचार ते करतात. त्यांच्या या विश्वासाच्या बीजामुळे ते गरीब राहण्याची शक्यता वाढत जाते. जोवर त्यांचे नकारात्मक विचारबीज सकारात्मकतेमध्ये परिवर्तित होत नाही, तोवर ती गरिबीतच जगत राहतात.

याउलट, जी मुले लहानपणापासून सर्व वस्तू मुबलक प्रमाणात आपल्या घरात आहेत हे पाहत असतात, त्यांचा 'सर्व काही भरपूर आहे' असा विश्वास वृद्धिंगत होतो, त्यामुळे त्यांच्याजवळ सर्व काही भरपूर प्रमाणात येत राहते.

प्रत्येकाच्या आयुष्यात निरनिराळे लोक येतात आणि विविध घटना घडतात. मात्र माणूस कोणत्या विश्वासबीजाला स्वतःमध्ये स्थान देतो, यावर भविष्यात त्याच्या जीवनाची गुणवत्ता कशी असेल, हे ठरते.

दुसरा विश्वासनियम सांगतो, 'जसे विश्वासबीज, तशी फळाची गुणवत्ता'.

उदाहरणार्थ– शेतकरी जेव्हा शेती करतो, तेव्हा तो पूर्ण विश्वासासह आपल्या जमिनीत उत्तम बी पेरतो, त्याला खतपाणी घालतो. चांगले पीक मिळावे म्हणून तो सर्व कामे उत्तमपणे करतो. मग तो निसर्गाला त्या बियाण्यावर काम करू देतो.

'आधी पीक येऊ दे, नंतर मी बी पेरीन' असे तो कधी म्हणत नाही. कारण, त्याला माहीत असते, की चांगले बियाणे पेरून त्याची निगा राखली तरच उत्तम पीक येते. याउलट 'आधी माझे हे काम झाले तरच मी देवाला नारळ वाहीन...' अमुक नवस पूर्ण झाला तरच कामावर जाईन... दहा हजार रुपयांची लॉटरी लागली तरच त्यातून दहा टक्के दान करेन... तर त्याला निसर्गाची (ईश्वराची) कार्यपद्धती माहिती नसते, असेच म्हणावे लागेल.

आधी विश्वासाचे बीज पेरावे लागेल, तरच पिकाच्या रूपात त्याला कितीतरी पट जास्त मिळेल, हे त्याला माहीत नसते. विश्वासबीज पेरणे म्हणजे आपल्याला ज्या गोष्टींची इच्छा असते, तिच्यासाठी योग्य पाऊल उचलून काम करणे आणि दृढ विश्वास ठेवून निश्चिंत होणे होय.

शेतकरी उत्तम बी, खत, पाणी घालून आपले कर्तव्य करून निश्चिंत होतो. तो पिकाची कापणी करण्याची तयारी करून आपला विश्वास दाखवतो. त्याप्रमाणेच निसर्गाला आपले काम करण्याची संधी मिळावी म्हणून माणसानेही आपल्या विश्वासाला ताकद देऊन निश्चिंत झाले पाहिजे. याबरोबरच शेतकऱ्यांचा आणखी एक गुण लक्षणीय आहे – पेरणी करताना मध्येच जर काही अडथळा आला तर तो शेत सोडून पळून जात नाही, तर ठाम उभा राहतो किंवा तो घाईघाईने जमीन खोदून बियाणे मेले तर नाही ना, हे बघत बसत नाही. म्हणून पुढे त्याला कितीतरी पट पीक मिळते.

विश्वासबीज पेरूनही माणसाच्या आयुष्यात जरी काही समस्या आल्या, तरी त्या बीजाला पाणी घालत राहावं, अन्यथा पीक चांगले येणार नाही. समजा, तुम्ही डॉक्टर होण्याचा निर्णय घेतला, तर त्यासाठी आधी स्पर्धा परीक्षेची तयारी करावी लागेल. जर परीक्षेत उत्तीर्ण झाला नाहीत, तर पुन्हा तयारी करावी लागेल. अन्यथा मैदान सोडून पळालात, तर यश मिळणार नाही. दिवास्वप्नावरच गाडी थांबून राहील.

चला, आणखी एका उदाहरणाद्वारे हे समजून घेऊ या.

एका साहसी तरुणाला विविध ठिकाणी फिरण्याची आवड होती. एकदा फिरत फिरत तो अशा भागांत पोहोचला जिथे दूरपर्यंत फक्त वाळू आणि वाळूच दिसत होती. तो खूप दमला होता आणि त्याला तहानही लागली होती पण त्याला कुठे एकही घर दिसले नाही.

चालता चालता त्याला एक हँडपंप दिसला आणि तो धावतच तिथे पोहोचला. त्याने पंप हापसायला सुरुवात केली पण खूप प्रयत्न करूनही त्यातून पाणी आले नाही. तेवढ्यात त्याची दृष्टी एका पाण्याने भरलेल्या बाटलीवर पडली. जसा तो बाटलीतून पाणी पिऊ लागला, तसे त्याला बाटलीवर काहीतरी लिहिलेले दिसले. 'हे सर्व पाणी हँडपंपात घाला आणि नंतर हापसा, तुम्हाला भरपूर पाणी मिळेल.'

हे वाचून तरुणाला प्रश्न पडला, पाण्याने आपली तहान शमवावी की ते पंपात टाकण्याचा धोका पत्करावा? थोडा वेळ विचार करून, लिहिलेल्या सूचनेवर विश्वास ठेवून, त्याने बीज म्हणून ते सर्व पाणी पंपात टाकले. मग जेव्हा त्या तरुणाने पंप हापसला,

तेव्हा त्याला नवल वाटले. कारण पंपातून भरभरून पाणी येऊ लागले. तो पोटभर पाणी प्यायला, हातपाय नीट धुवून त्याने स्वतःचा थकवा घालवला आणि जाताजाता बाटली परत भरून ठेवली. तसेच त्याने त्या बाटलीवर स्वतःच्या वतीने आणखी एक ओळ लिहिली, 'विश्वास ठेवा, या सूचनेचा उपयोग होतो आहे.'

विचार करा, जर त्या तरुणाने विश्वास ठेवून पाणी पंपात टाकले नसते तर त्याला स्वतःला पोटभर पाणी मिळाले नसतेच, पण नंतर येणाऱ्या लोकांचीही गैरसोय झाली असती.

ज्याप्रमाणे, एक बाटली पाण्याने हँडपंपातून मुबलक पाणी मिळाले, त्याचप्रमाणे, एका बीजात पूर्ण वन समाविष्ट असते. जसे बी पेरले जाते, तशी झाडे आणि फळे मिळतात. मनुष्यही एखाद्या बीजाप्रमाणेच असतो, त्याच्यात डॉक्टर, अभियंता, वकील, शिक्षक, चित्रकार, अभिनेता, गायक, नर्तक, वैज्ञानिक आणि संत होण्याची शक्यता दडलेली असते.

या बीजाचा सर्वोत्तम लाभ मिळवण्यासाठी कृतीमध्ये कोणते विश्वासबीज पेरायचे असते, हे जाणून घेऊ या.

कृतीमध्ये विश्वासबीज पेरणे, म्हणजे आपल्याला जे हवंय, ते मिळण्याची तयारी आधीपासूनच करून ठेवणे, याला 'फेथ इन ॲक्शन' (कृतीवर विश्वास) असे म्हणतात. जसं, कोणाला कार हवी असेल तर तिच्यासाठी की-चेन घेऊन ठेवावी, कोणाला वजन कमी करायचे असेल तर थोड्या लहान आकाराचे कपडे खरेदी करावेत, कोणाला घर खरेदी करायचे असेल तर त्याच्या सजावटीसाठी एखादी शोभेची वस्तू विकत घ्यावी, घरी टिव्ही आणायचा असेल तर त्यासाठी जागा रिकामी करून ठेवावी, असं करणं म्हणजे विश्वासबीज पेरून ठेवण्यासारखंच आहे. कारण ही छोटीशी कृतीही अप्रकट फळाच्या प्रकट होण्यावर विश्वास दर्शवते.

एका मुलींच्या शाळेत दरवर्षीप्रमाणे, धावण्याच्या स्पर्धेचे आयोजन केले होते. सोनम नावाची एक मुलगी सतत दोन वर्षांपासून ही स्पर्धा जिंकत होती. त्यामुळे या वर्षीही सर्वांना वाटत होते, की ही स्पर्धा तीच जिंकेल. या वर्षी सोनमच्या वर्गात दुसऱ्या एका गावातून अंजली नावाची मुलगी बदली होऊन आली होती. तीही या स्पर्धेसाठी परिश्रम करत होती.

स्पर्धेच्या दिवशी सर्व स्पर्धकांना धावण्याच्या स्थानावर तयारीसह बोलावले गेले. सर्व स्पर्धक आपापले सामान घेऊन मैदानात पोहोचले. सोनमच्या चेहऱ्यावर

विजेती असल्याचा अभिमान झळकत होता. तेवढ्यात अंजली आपल्या सामानासह तिथे आली. ती एक जास्तीची रिकामी बॅग घेऊन आली होती. शिक्षक आणि तिच्या मैत्रिणींनी आश्चर्याने विचारले, 'तू ही रिकामी बॅग घेऊन का आली आहेस?' त्यावर तिने पूर्ण उत्साहाने म्हटले, 'का आणू नको? स्पर्धा जिंकल्यावर मला जी ट्रॉफी मिळेल, ती घेऊन जायला बॅगेची गरज असेल,' तिचं बोलणं ऐकून मैत्रिणी तोंड दाबून हसू लागल्या. त्यांना वाटलं, सोनम किती वेगाने धावते, हे ठाऊक नसल्याने असं म्हणते आहे. सर्वांना वाटले, की सोनमसारख्या दर्जेदार खेळाडूसमोर अंजली टिकू शकणार नाही पण रिकामी बॅग आणून अंजलीने निसर्गाला आपल्या विजयाचा संकेत दिला होता, हे त्यांना माहिती नव्हते.

स्पर्धा सुरू झाली, कधी सोनम पुढे जात असे तर कधी अंजली. शेवटच्या क्षणांमध्ये अंजलीने आपली सर्व शक्ती वापरली आणि विजय मिळवला. अंजलीला जेव्हा ट्रॉफी दिली गेली तेव्हा सर्वांच्या आश्चर्याला पारावार राहिला नाही. स्पर्धा सुरू होण्याआधी अंजलीच्या भाव-विचार-उक्ती आणि कृती यांमधून जो विश्वास झळकत होता, त्यावर सर्वांचा विश्वास बसला. आता अंजलीच्या विश्वासाचा विजय झाला होता.

तुम्ही विचार करत असाल, की ती जिंकली नसती, तर काय झाले असते? तिचा विश्वास निष्फळ झाला असता? नाही. जेव्हा तुमच्या विश्वासबीजाचा परिणाम तुम्हाला त्या वेळी मिळाला नाही, तेव्हा असं समजायला हवं, की तुम्हाला तितक्याच विश्वासाने परत तयारी करायला हवी. जर फळ मिळालेले नाही, तर निसर्गाला तुमच्याकडून आणखी चांगले प्रयत्न अपेक्षित आहेत. तुम्हाला केवळ थोडा सराव आणि धैर्याची गरज आहे. विश्वासबीजाचा परिणाम योग्य वेळी तुमच्यापर्यंत पोहोचेलच.

चला, आता आपण हे समजावून घेऊ या, की या नियमाचा फायदा घेऊन आपले भाव आणि विचारांमध्ये सकारात्मक आणि सुखद विश्वासबीज कसे पेरू शकतो.

ज्या लोकांचे गुण तुम्ही स्वतःमध्ये आणू इच्छिता, अशा लोकांची नावं तुम्ही कधी लिहिली आहेत का? ही गोष्ट महत्त्वाची आहे कारण असे केल्याने तुमच्यात लपलेले सुप्त गुण प्रकट होण्याची शक्यता वाढेल.

तेव्हा आजच वेळ काढा आणि आपल्याला ज्यांच्यासारखे व्हावे असे वाटते, अशा चांगल्या, इमानदार, समृद्ध आणि प्रेममय लोकांची यादी तयार करा. हे लोक आपल्या जवळपासचे किंवा कुणी मोठ्या व्यक्तीही असू शकतात. ही यादी अशा ठिकाणी लावा, जिच्यावर तुमची दृष्टी पडत राहील. असे केल्यामुळे जेव्हा जेव्हा तुम्ही

या व्यक्तींना कुठे पाहाल, त्यांच्याबद्दल वाचाल, तेव्हा तुमचे लक्ष त्यांच्या गुणांवरच जाईल. हे गुण तुमच्या दृष्टीस येतील, तेव्हा तुमच्यातही तसाच विश्वास तयार होईल, 'होय, हे शक्य आहे' आणि लवकरच ते गुण तुमच्यात आले आहेत, असे तुम्हाला दिसेल. अशा प्रकारचा विश्वास जागृत होताच, तुमचे भविष्य झळकेल.

या बरोबरच जेव्हा तुम्हाला एखाद्यामध्ये गुण दिसला, तर मनातल्या मनात त्यावर लगेच एक टिकमार्क (✔) करा. निसर्गाला सांगा, की हा गुण माझ्यातही येवो. असे केल्यामुळे त्या गोष्टी तुमच्या जीवनात येतील आणि जे गुण आधीच असतील ते आणखी वाढतील.

हे ऐकून कुणाला नवल वाटेल, की फक्त टिक (✔) केल्याने आपल्या जीवनात एखादी गोष्ट कशी येऊ शकेल? पण इथे आपण असे का घडते, ते समजावून घेऊ या.

आपण जेव्हा एखाद्या गुणाला, कलेला, घटनेला पाहून टिक करतो, तेव्हा त्या गोष्टीवर पूर्ण लक्ष केंद्रित करत असतो आणि जसजसे आपण एखाद्या गोष्टीकडे लक्ष देतो, तसतसे आपल्यातही तसेच विश्वासबीज रूजू लागते.

सकाळपासून रात्रीपर्यंत आपल्या आयुष्यात अशा कितीतरी घटना होत असतात, ज्यांच्यावर आपल्याला टिक करायला हवी, 'होय, हा गुण अजूनही लोकांमध्ये आहे. आजही लोक खरेखुरे, विनाअट प्रेम करतात... आजही लोक निरोगी आहेत.. आजही जीवन आनंद घेण्यायोग्य आहे.. आजही इमानदारी, निष्पापपणा आहे.. आजही दुसऱ्यासाठी (अव्यक्तिगत आयुष्य) जगणारे लोक आहेत. शिवाय मला माझ्यातही असेच गुण हवे आहेत.'

तुम्ही जेव्हा बघता, की एखादा माणूस दुःखातही आनंदी आहे, तेव्हा तुमच्यातही विश्वास निर्माण होतो, 'हे शक्य आहे. दुःखातही आनंदी राहता येणे नक्कीच शक्य आहे,' पण जोवर हा विश्वास जागृत होत नाही, तोवर थोडे जरी दुःख आले, तरी माणूस दुःखी होतोच.

दुसरा विश्वासनियम आत्मसात करून स्वतःमध्ये हे विश्वासबीज पेरा, 'दुःखातसुद्धा आनंदी राहणे शक्य असते... नेहमी आनंदी राहण्याची जबाबदारी घेता येऊ शकते,' असं केल्याने दुःखातही सुखी राहण्याचे फळ प्रकट होईल.

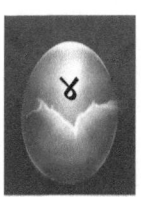

विश्वासाने लिहा,
ईश्वराची सहमती मिळवा

जगात प्रत्येक माणूस निरोगी शरीर, चलाख बुद्धी, आर्थिक समृद्धी आणि नात्यांतला गोडवा मिळण्याची इच्छा करत असतो पण अशा सर्व सकारात्मक गोष्टींचा प्रवाह काही लोकांच्याच आयुष्यात दिसतो. बऱ्याच लोकांमध्ये मात्र कोणाकडे आरोग्य आहे, पण आर्थिक स्वास्थ्य नाही; कोणी धनाढ्य आहे पण नात्यांच्या बाबतीत दरिद्री आहे; कोणाच्या बँक खात्यात कोट्यवधी रुपये आहेत, पण त्याच्या प्रेमाची झोळी रिकामी आहे, असे दिसते. कोणाच्या आयुष्यात सर्व काही आहे, तरीही त्याला एकाकीपणाची जाणीव होत राहते.

अशा वेळी प्रश्न उद्भवतो, एकाच वेळी शारीरिक, मानसिक, सामाजिक, आर्थिक आणि आध्यात्मिक सफलता आपल्याला मिळू शकते का? आपण पूर्णपणे निश्चिंत, चिंतारहित, निरोगी आणि समृद्ध आयुष्य जगू शकतो का? होय, नक्कीच जगू शकतो पण मनात जर 'एकाच वेळी हे यश मिळणे जवळजवळ अशक्य आहे' अशी शंका असेल तर थोडे थांबा. कारण 'जसा तुमचा विश्वास, तसा तुम्हाला परिणाम मिळणार' हा विश्वासनियम आपण समजावून घेतला आहे.

तुमच्या आयुष्यात सकारात्मक परिवर्तन खरोखरच पाहू इच्छित असाल, तर तुम्हाला विश्वास ठेवूनच काही गोष्टी ठरवाव्या लागतील. तुम्हाला आयुष्यात काय मिळवायचे आहे, तुमच्या आयुष्याचे ध्येय काय आहे, तुमच्या मनात जीवनाचे स्पष्ट चित्र आहे का? जर ते नसेल, तर अपयशाचे हेच मूळ कारण आहे. आता जीवनाचे स्पष्ट चित्र शब्दांमध्ये आणण्याची... 'विश्वास डायरी' लिहिण्याची वेळ आली आहे.

आळस किंवा धावपळीमुळे काही न लिहिणाऱ्या लोकांना हे समजतच नाही, की जेव्हा एखादा मनुष्य आपले ध्येय, विश्वास लिखित रूपात व्यक्त करतो, तेव्हा त्याच्याकडून निसर्गाला स्पष्ट रूपात इशारा दिला जातो. तेव्हा लेखनाकडे कधीही दुर्लक्ष करू नका, त्याचा सर्वोच्च लाभ घ्या.

विश्वासाने लिहिलेले शब्द निसर्गाला सरळ संकेत देतात, की तुम्हाला जीवनात नक्की काय पाहिजे? म्हणून विश्वासाने लिहा आणि ईश्वराचा हात मिळवा, 'ईश्वराचा हात' म्हणजे ईश्वराची, निसर्गाची सहमती!

आपल्या विश्वासाला लिखित रूपात उतरवायला विश्वास डायरी निर्माण करा. जिच्यात लिहिलेली प्रत्येक गोष्ट प्रत्यक्षात तुमच्या जीवनात वास्तवात येणार आहे, अशी एक डायरी. डायरी लिहिताना 'हे होईल की नाही माहीत नाही' अशी शंका आली, तर स्वतःला सांगा, 'डायरीत लिहिलं आहे तर हे होणारच आहे.' हिला 'यशस्वी जीवनाची डायरी' म्हणजे 'फेथ फेअर बुक फॉर सक्सेसफुल लाइफ' असंही म्हणता येईल.

विश्वास डायरी कशी लिहावी?

१. एकाच डायरीत सविस्तर लिहा:

ही काही सामान्य डायरी नसून ती तुमचे जीवन आहे आणि शेवटपर्यंत तुमच्यासोबत राहणार आहे. या गोष्टीकडे विश्वास डायरी लिहिताना विशेष लक्ष द्यायला हवं. जणू ही डायरी म्हणजे हा तुमच्या सफलतेचा पाया आहे. म्हणून ती आकर्षक, जिच्यात तुम्ही अनेक गोष्टी सविस्तर लिहू शकाल, अशी हवी. जर तुमच्याजवळ लेखनासाठी आणखी एखादी प्रणाली, म्हणजे लॅपटॉप, मोबाइल, आयपॅड, कम्प्युटर वगैरे असेल, तर खूपच चांगलं. नाहीतर दरवेळी लिहिण्यासाठी निराळी डायरी वापरली गेली, तर 'मी अमुक गोष्ट कोणत्या डायरीत लिहिली होती' हे आठवणंदेखील कठीण होईल. अशा दुविधेत न पडण्यासाठी एकच डायरी करा.

२. पाच भागात लिहा:

१) शारीरिक (आरोग्यासंबंधी)

२) मानसिक (मनःशांतीसंबंधी)

३) सामाजिक (नाती, सामाजिक जबाबदारी यासंबंधी)

४) आर्थिक (पैसा, करियर, यश यासंबंधी)

५) आध्यात्मिक ('खऱ्या स्व'ला जाणून सर्वोच्च आनंद मिळविणे, यालाच 'मोक्ष' किंवा 'मुक्ती' म्हणतात.)

विश्वास डायरी लिहिताना तिचे पाच भाग करा आणि त्या-त्या भागाशी संबंधित गोष्टी तिथे लिहा. उदाहरणार्थ, शारीरिक भागात आरोग्याशी निगडित गोष्टी लिहा आणि करियर किंवा बिझनेसच्या बाबतीत जे पाहिजे, ते 'आर्थिक' भागात लिहा.

३. फक्त 'जे पाहिजे आहे' तेच लिहाः

साफल्याची विश्वास डायरी लिहिताना हेही लक्षात ठेवा, की तिच्यात तुम्हाला जे हवं आहे, फक्त तेच लिहा. 'मला आजार नको आहे' ऐवजी 'मला आरोग्याचा आनंद हवाय' असे लिहा. विश्वास ठेवा, तुम्ही विश्वास डायरीमध्ये जे लिहाल, तेच सत्य होईल. यासाठी तुम्हाला तिच्यात फक्त आरोग्यवर्धक, सकारात्मक आणि प्रेरणादायी शब्दच लिहायचे आहेत. कारण सकारात्मक शब्दांनी सकारात्मक प्रोग्रॅमिंग होते आणि नकारात्मक शब्दांचा परिणाम दूरगामी होतो. पुढे दिलेल्या उदाहरणांमध्ये लिहिण्याची चुकीची आणि योग्य पद्धत सांगितली आहे.

चुकीची पद्धत - हे ईश्वरा, माझे दारिद्र्य कधी दूर होईल?

योग्य पद्धत - माझ्या आयुष्यात सर्व गोष्टी मुबलक प्रमाणात येत आहेत. मी एक कुशल व्यावसायिक बनत आहे.

चुकीची पद्धत - मला यशस्वी होण्यासाठी खूप कष्ट करावे लागतील.

योग्य पद्धत - 'विश्वासनियम' जाणून आणि मेहनत करून मी यशस्वी होऊ शकतो.

याप्रमाणे विश्वासनियमासह तुम्ही पुढे दिलेल्या किंवा त्यांच्यासारख्या शब्दांचा उपयोग करू शकताः

(अ) शारीरिक साफल्य

- मी निरोगी असून आरोग्याचा आनंद घेतो आहे.
- मी उत्साही असून उत्साहीपणाचा आनंद घेतो आहे.

- मी योग्य वेळी योग्य प्रमाणात आहार घेतो.
- निरोगी शरीर मला सर्वोच्च अभिव्यक्ती करायला मदत करते.
- मी सुडौल आणि हलक्या शरीराचा अनुभव घेतोय.
- मी ईश्वराची दौलत आहे, कोणताही आजार मला स्पर्श करू शकत नाही.

आता स्वतःला शाबासकी देत म्हणा- 'निरोगी, उत्साही, आरोग्यपूर्ण, चांगल्या अवस्थेत, आनंदी शरीराबद्दल तुमचे खूप खूप अभिनंदन.'

ब) **मानसिक सफलता** :

- माझे मन शुद्ध, बुद्धिमान, पवित्र, सक्षम आणि प्रेमयुक्त आहे.
- माझ्या मनात सकारात्मक विचारांचा झरा वाहत असतो.
- माझे मन प्रत्येक प्रसंगात न डळमळता स्थिर राहतं.

क) **सामाजिक सफलता** :

- माझ्या नात्यांमध्ये प्रेम आणि विश्वासाचा प्रवाह वाहत असतो.
- नातेसंबंध माझे बळ आणि प्रेरणा आहेत.
- सर्व नाती मला संपूर्ण आणि समाधानी करतात.
- नात्यांच्या प्रकाशात माझे जीवन फुलते आहे, मोकळे होत आहे.

ड) **आर्थिक सफलता** :

- मी श्रीमंत आणि धनासाठी चुंबक आहे.
- माझ्या आयुष्यात भरपूर पैशांचा प्रवाह आहे.
- माझ्या जीवनात प्रेम, धन, सर्जक कल्पना आणि संधी, सर्व काही भरपूर आहे.
- जीवनात यश मिळवणे माझा स्वभाव आहे आणि ते माझ्यासाठी सहज, सोपंही आहे.
- मी समृद्धीचा स्रोत आहे.

(इ) **आध्यात्मिक सफलता**:

- याच आयुष्यात मोक्ष मिळवणं मला शक्य आहे.

- मी माझ्या सर्वोच्च शक्यता खुल्या ठेवल्या आहेत.
- मी शुद्ध, बुद्ध, पवित्र आणि अविचल बनत आहे.
- सर्वोच्च चेतनेत (ईश्वराने) स्थान मिळविणे माझं परम ध्येय आहे.
- जीवनाचे संपूर्ण सत्य मला समजलं आहे.

४. प्रत्येक गोष्ट स्पष्टपणे लिहावी :

एका सेमिनारमध्ये प्रशिक्षकाने सर्वांना विचारले- 'तुमच्यापैकी कितीजणांना जास्त पैसे हवेत आहेत?'

काही लोकांनी हात वर केले. प्रशिक्षकांनी त्यांच्या हातात शंभर रुपयांची नोट देऊन विचारले- 'आता तुमच्याजवळ आधीपेक्षा जास्त पैसे आहेत. तेव्हा तुम्ही आनंदी आहात का?'

उत्तर मिळाले, 'नाही'.

प्रशिक्षकांनी त्या सर्वांच्या हातात पाचशे रुपयांची नोट ठेवत विचारले, 'आता तरी ठीक आहे ना?'

तरीही काही लोक म्हणू लागले, 'नाही, आणखी पाहिजेत.'

या उदाहरणावर विचार करा. लोक आपल्या जीवनातही 'आणखी जास्त, आणखी जास्त'च्या इच्छेमुळे कधी आनंदीच होऊ शकत नाहीत पण त्यांना 'आणखी जास्त' म्हणजे नक्की किती हवंय, याची स्पष्ट कल्पना असते का? म्हणून तुम्हाला जे पाहिजे त्याचा स्पष्ट आराखडा तयार करा. नाहीतर 'आणखी जास्त... खूप कमी... थोडेसेच... अगदी थोडे... हे शब्द तुमच्या सुप्त मनाला संभमित करू शकतात.' चला, काही उदाहरणातून हे समजून घेऊया.

शारीरिक पातळी

चुकीची पद्धत - मला स्वतःचे वजन कमी करायला हवं.

बरोबर पद्धत - येत्या चार महिन्यात (---- तारखेपर्यंत) माझे चार किलो वजन कमी झालेले असेल.

मानसिक पातळी

चुकीची पद्धत - मी पूर्वी खूप चुकीच्या गोष्टी केल्या आहेत म्हणून मला प्रायश्चित्त घ्यायलाच पाहिजे.

| बरोबर पद्धत | – | मी स्वतःला क्षमा केली आहे. त्यामुळे आज माझे प्रत्येक कर्म तीव्र, ताजे आणि टवटवीतच असते. |

सामाजिक पातळी

| चुकीची पद्धत | – | माझ्या घरात अशांती/अस्वस्थता नसावी. |
| बरोबर पद्धत | – | माझ्या घरात शांतीबरोबरच प्रेम, आनंद आणि निरोगी संवादमंचही निर्माण झाले आहेत. |

आर्थिक पातळी

| चुकीची पद्धत | – | मला खूप पैसे मिळवायचे आहेत. |
| बरोबर पद्धत | – | मी...... (तारखे)पर्यंत आपल्या कंपनीचा नफा........ पर्यंत आणीन. |

आध्यात्मिक पातळी

| चुकीची पद्धत | – | मला सर्व कर्मांची निरवानिरव करायची आहे. |
| योग्य पद्धत | – | मी याच आयुष्यात सर्व कर्मबंधनांतून मोकळा होत आहे... मी मुक्त आहे, मुक्ती आहे. |

५. **आपले उद्देशही लिहाः**

विश्वास डायरीत आपल्या प्रार्थनेमागचा उद्देश स्पष्टपणे लिहा. तुम्हाला तुमच्या जीवनात जे काही पाहिजे, ते सहजपणे मिळण्यासाठी *'जेणेकरून' या शब्दाचा वापर करा. उदाहरणार्थ–

१. मला संपूर्ण आरोग्य पाहिजे **जेणेकरून** मला संपूर्ण यशाचे लक्ष्य साध्य करता येईल.

२. मी नियमितपणे व्यायाम करू इच्छितो **जेणेकरून** माझी रोगप्रतिकारकशक्ती वाढेल.

३. माझ्या शरीरात दिव्य ऊर्जा वाहत राहो **जेणेकरून** माझा प्रत्येक क्षण आनंदी राहील.

---

* *'जेणेकरून'चा विस्तार पान क्र. ५५ वर वाचा– 'आपल्या मुखाने केलेले वर्णन प्रत्यक्ष घडेल'*

४. माझ्या जीवनात आर्थिक समृद्धी राहो **जेणेकरून** मला गरजू लोकांना मदत करता येईल.

५. मला आध्यात्मिक उन्नती करायची आहे **जेणेकरून** प्रेम, आनंद आणि शांततेशी माझी मैत्री होईल.

६. वर्तमानकाळात किंवा भविष्यकाळात विश्वासासह लिहा :

विश्वास डायरी लिहिताना ज्या पद्धतीने लिहिल्यामुळे तुमचा विश्वास प्रकट होईल, ती पद्धत तुमच्यासाठी योग्य आहे. फक्त ते पूर्ण समर्पण व विश्वासाने लिहा. काहीजणांचे मन वर्तमानकाळातील वाक्य स्वीकारू शकत नाही. म्हणजे जर कोणी लिहिले, 'माझ्याजवळ भरपूर, प्रेम, आनंद आणि शांती आहे', तर मनात प्रश्न येतो, 'कुठे आहे?' ज्यामुळे माणसाचा विश्वास दुर्बल होतो. अशा वेळी त्याच्यासाठी भविष्यकाळातील वाक्य योग्य असू शकते. उदाहरणार्थ, 'मला भरपूर प्रेम, आनंद आणि शांती पाहिजे.' याविरुद्ध काहीजणांचे मन म्हणेल, 'कोण जाणे हे भविष्य केव्हा येईल... मला तर वर्तमानातच प्रेम, आनंद आणि शांती पाहिजे.' अशा लोकांना वर्तमानकाळातील वाक्ये आवडतील. या प्रक्रियेत विश्वास वाढणे महत्त्वाचे आहे. ज्या पद्धतीने तुमचा विश्वास वाढेल, त्या पद्धतीने लिहा.

७. विश्वास पूर्वक वाचा :

यशाच्या दिशेने करण्याच्या तुमच्या प्रवासातील पुढचे पाऊल आहे- दर आठवड्यात तीनदा किंवा चारदा आपल्या ध्येयाची यादी वाचणे. स्वतःच्या अंतर्मनातील रचनात्मक शक्ती जागवणे, त्यांना चालना देणे. यासाठी यादी पूर्ण विश्वासाने आणि पूर्णतेच्या भावनेने वाचा. आपले डोळे मिटा आणि प्रत्येक ध्येय पूर्ण झाले आहे, अशी कल्पना करा. थोडा वेळ थांबून ही अनुभूती घ्या, की जर तुम्ही प्रत्येक लक्ष्य पूर्ण केले आहे तर आता कसे वाटते आहे? काही क्षण या विचारावर टिकून राहा.

या प्रयोगाने तुमच्या इच्छाशक्तीला चालना मिळेल. तुमचे सुप्तमन (सबकॉन्शियस माइंड) सध्याची तुमची वास्तविकता आणि तुमच्या ध्येयाची कल्पना यांच्यात असलेले वास्तव अंतर कमी करील. पुनःपुन्हा उजळणी करून, लक्ष्याला आधीच साध्य केले आहे, अशी भावना ठेवून तुम्ही एकप्रकारे निसर्गाला मदत करत असता.

शेवटी हे निश्चित ठरवा, की तुम्ही आठवड्यात कमीत कमी तीन-चार वेळा स्वतःची डायरी सकाळी उठल्यावर किंवा रात्री झोपण्याआधी वाचणारच. पाहिजे तर तुम्ही लहान-लहान कार्ड्सवर तुमचे ध्येय लिहून ठेवू शकता. कार्डांची चळत

स्वतःजवळ ठेवा आणि जसजसा तुम्हाला मोकळा वेळ मिळेल तशी ती एकएक करून वाचा. एखाद्या प्रवासाला जात असाल तर आपली डायरी किंवा कार्ड्स स्वतःजवळ नक्की ठेवा.

एखादा स्क्रीनसेव्हर तुम्ही स्वतःच्या कंप्युटर/संगणकामध्ये किंवा मोबाइलमध्ये ठेवू शकता, जो तुमच्या ध्येयाची आठवण करून देईल. जे तुम्हाला तुमच्या आयुष्यात हवंय, त्यावर तुमचं लक्ष केंद्रित व्हावं आणि त्यावर तुमचा विश्वास नेहमी राहावा, हा या सर्वांचा उद्देश आहे.

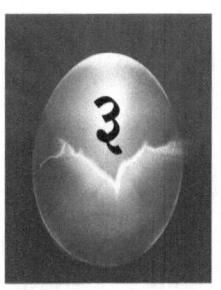

तिसरा विश्वासनियम

अपने आप परोसा, ईश्वरपर भरोसा

जर तुमचे ध्येय सफलता आणि समृद्ध जीवनाचं शिखरं गाठणं हे असेल, तर त्याचा पाया शतप्रतिशत विश्वासात आहे. ज्या क्षणी तुम्ही विश्वास ठेवता, त्या क्षणापासून यश तुमच्याकडे आकर्षित होते.

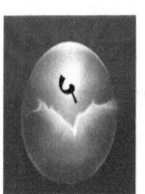

अपने आप परोसा, ईश्वरपर भरोसा

एकदा ईश्वराला त्याचा एक प्रिय भक्त म्हणाला, 'प्रभू, तुम्ही एकाच जागी उभे राहूनराहून दमला असाल. म्हणून एक दिवस मी तुमच्या जागी मूर्ती होऊन उभा राहतो, तुम्ही माझे रूप घेऊन कुठेतरी फिरून या.' ईश्वर मान्य करतो पण एक अट घालतो, 'जे लोक प्रार्थना करायला येतील त्यांची प्रार्थना तू फक्त ऐकून घे, काही बोलू नकोस. मी त्या सर्वांसाठी, त्यांचे पुढे काय करायचे ते ठरवून ठेवले आहे.' भक्त कबूल करतो.

सर्वप्रथम देवळात एक उद्योजक येतो आणि म्हणतो, 'देवा, मी एक नवा कारखाना सुरू केला आहे, तो खूप यशस्वी कर.' तो जेव्हा नमस्कार करायला खाली वाकतो तेव्हा त्याचे पैशांचे पाकीट खाली पडते. तो ते न घेताच निघून जातो. भक्त अस्वस्थ होतो. त्याला वाटते, त्या उद्योजकाला थांबवून, त्याचे पाकीट पडले आहे, हे सांगावे, पण अटीमुळे तो गप्प बसतो.

त्यानंतर एक गरीब माणूस येतो आणि देवाला म्हणतो, 'घरात खायला काही नाही; देवा, मदत करा.' तेवढ्यात त्याचे लक्ष त्या

पाकिटाकडे जाते. तो ते पाकीट घेऊन निघून जातो.

आता, तिसरा मनुष्य येतो. तो खलाशी असतो. तो देवाला म्हणतो, 'मी पंधरा दिवसांसाठी जहाजातून सागरी सफरीवर जातोय. देवा, माझ्या या प्रवासात काही अडचण येऊ देऊ नकोस.' तेवढ्यात मागून उद्योजक पोलिसांसह येतो आणि म्हणतो, 'माझ्यानंतर हा खलाशी इथे आला आहे. त्यानेच माझे पाकीट चोरले आहे.'

पोलीस जेव्हा खलाशाला त्यांच्यासोबत घेऊन जाऊ लागतात, तेव्हा भक्त मध्येच बोलतो. भक्ताच्या सांगण्यावरून पोलीस खलाशाला सोडून देऊन त्या गरिबाला पकडून कैदेत टाकतात. रात्री देव परत येतो तेव्हा भक्त त्याला आनंदाने ही सर्व गोष्ट सांगतो. देव म्हणतो, 'तू कोणाचेच काम केले तर नाहीस, उलट बिघडवून ठेवलेस.'

'तो व्यापारी वाममार्गाने धंदा करतो. तो गरीब माणूस ते पाकीट पोलिसांना देणार होता. त्यातून पोलिसांना व्यापाऱ्याच्या काळ्या धंद्याबद्दल पुरावा मिळून पोलीस गरिबाला बक्षीस देणार होते. नावाड्याबद्दल सांगायचे तर तो ज्या प्रवासाला जाणार होता, त्यात वादळ होणार होते. तो थोडा वेळ कैदेत राहिला असता आणि सत्य समजल्यावर सुटला असता. अशा प्रकारे तो वादळातून वाचणार होता. आता गरिबांची मुलेबाळे उपाशी राहतील. खलाशाची नौका बुडणार असल्याने बेइमानी उद्योजकाला शिक्षा होणार नाही.'

आपल्या आयुष्यातही अशी संकटे येतात, जेव्हा आपल्याला वाटतं, 'हे माझ्याच बाबतीत का घडलं?' तेव्हा असं समजायला हवं, या मागे ईश्वराची योजना असते.

या गोष्टीत सहज समजावे म्हणून 'ईश्वराची योजना' असे शब्द वापरले आहेत. पण हे समजून घ्या, की देव म्हणजे काही कुठे बसून योजना करणारे असं निराळं अस्तित्व नाही. इथे सर्वांचे जीवन त्यांच्या 'डिव्हाइन प्लॅन' (दिव्य योजना) प्रमाणे पुढे जात राहतं. निसर्ग त्या डिव्हाइन प्लॅनप्रमाणे आपणा सर्वांना आपल्या सर्वोच्च शक्यतेकडे घेऊन जातो आहे.

म्हणून जेव्हा काही संकट येईल, तेव्हा उदास होऊ नये. उलट या गोष्टीची आठवण करून विचार करावा, 'जे होते ते चांगल्यासाठीच होते... अपने आप परोसा, ईश्वरपर भरोसा.'

जीवनरूपी ताटात निसर्ग कोणती घटना केव्हा वाढून ठेवणार आहे, हे तुम्हाला माहीत नसते. कधी चवदार, कधी कडू, कधी गोड, कधी आंबट, कधी हव्याशा तर कधी नकोशा घटना वाढल्या जातात. सुखद घटनेवेळी माणूस विश्वासाच्या मोठमोठ्या

बाता मारतो पण नकोशी घटना पुढे येताच अविश्वासाचे रडगाणे गाऊ लागतो, 'ना कोई उमंग है, ना कोई तरंग है' म्हणजे 'काही उत्साह नाही, काही ऊर्मी नाही.'

तुम्ही जर निसर्गावर (ईश्वरावर) विश्वास ठेवून घटनांना सामोरे जाल, तर तुमची नाव प्रत्येक संकटातून पार होत राहील आणि पूर्ण ऊर्जेसह किनाऱ्यावर पोहोचेल. जेव्हा तुम्ही आपल्या ताटात वाढून आलेल्या घटनेला अस्वीकृत करता, तेव्हा तुमच्या मनात दुःखद भावना निर्माण होते. त्यामुळे दुःखद घटना तुमच्या आयुष्यात पुनःपुन्हा घडत राहतात.

कोणतीही घटना असो, सर्वप्रथम तिला 'देवाचा प्रसाद' समजून स्वीकारा. भरवसा ठेवा तुम्हाला ज्याची गरज आहे, तेच निसर्ग तुमच्या ताटात वाढत असतो. उदाहरणार्थ, मुलाच्या ताटात आई कडू कारले त्याच्या आरोग्यासाठीच वाढत असते. मुलाला कशाची गरज आहे, हे तिला ठाऊक असते. त्याचप्रमाणे निसर्ग (मदर नेचर) जाणतो, की आपल्याला काय गरजेचे आहे, आपला विकास कोणत्या गोष्टींमुळे होणार आहे, आमचे भले कशात आहे? त्याप्रमाणे तो आमच्या आयुष्यात घटना वाढून ठेवतो. पण अजाणतेपणी आपण त्यांच्यावर सुखद किंवा दुःखद असा शिक्का मारून दुःखी होत राहतो.

'देवावर भरवसा' म्हणजे देवावरचा तुमचा अढळ विश्वास असतो. जे काही घडते तो देवाचाच निर्णय असतो. मात्र जे घडले त्यापेक्षा अधिक चांगले काही घडू शकत नाही, असा तुमचा ठाम विश्वास असतो. अवांच्छित परिस्थिती समोर येताच तुम्हाला ठामपणे वाटतं, 'ही घटना निसर्गाने माझ्यासमोर वाढून ठेवली आहे. कारण या घटनेमधून मी काहीतरी शिकावं, अशी देवाची इच्छा आहे. देव कधी चूक करीत नाही.'

समुद्रात एक लाट उचंबळते आणि दुसरी लय पावते, त्याचप्रमाणे मनुष्याच्या आयुष्यात कधी सुखद तर कधी दुःखद घटनांच्या लाटा येत जात असतात. सुखद घटनांनी तर कोणीही आनंदी होतो, पण दुःखद घटनांमध्येच माणसाच्या विश्वासाची, देवावर असणाऱ्या भरवशाची परीक्षा होते. अशा वेळी जर माणूस समजून चालला, की त्याच्या आयुष्यातली प्रत्येक घडामोड म्हणजे निसर्गाने वाढलेले जेवण आहे, स्वतः देवाने केलेले नियोजन आहे, तर मग तो इतके अविश्वासपूर्ण आयुष्य जगेल का? नाही ना!

जगातील प्रत्येक जीवन त्याच्या सर्वोत्तम विकसित रूपापर्यंत पोहोचावे ही निसर्गाची इच्छा असते. ज्याप्रमाणे आपल्या मोबाइलमध्ये ॲप्स अद्ययावत होत राहतात, त्याप्रमाणेच निसर्ग तुमची पुढची आवृत्ती म्हणजे सर्वोच्च स्वरूप निर्माण करू इच्छितो. जर तुम्हाला तुमच्या मोबाइलकडून जास्त चांगल्या परिणामांची अपेक्षा

असेल, तर तुम्ही सर्वांत आधुनिक ऑपरेटिंग सिस्टम असलेला मोबाइल विकत घेता. पण तंत्रज्ञानाची क्रांती करणारा माणूस हे विसरून जातो, की त्याचे मन आणि शरीरही एका यंत्रासारखेच आहे. या यंत्राला जर कोणत्याही परिस्थितीत आनंदी आणि अडिग ठेवायचे असेल, तर जे होते ते चांगल्यासाठीच होते. हे अशा प्रकारच्या समर्पणाची ताकदच करू शकते.

एका माणसाने खूप हौसेने नवे घर बांधले. पण गृहप्रवेश करण्याच्या एक दिवस आधीच त्याचे नवीन घर पडले. तरीही त्या माणसाने आपल्या नातेवाइकांमध्ये मिठाई वाटली. हे पाहून सर्वजण नवलाने म्हणाले, 'तुला वेड लागले आहे का? तुझे घर पडले आणि तू खुशाल मिठाई वाटतो आहेस?' तेव्हा त्या माणसाने एक नवीन दृष्टिकोन मांडला. तो म्हणाला, 'जर एक दिवसानंतर माझे घर पडले असते तर माझ्या सर्व कुटुंबीयांचा मृत्यू झाला असता. पण घर एक दिवस आधीच पडावे, हीच देवाची इच्छा असावी.'

एवढंच नव्हे, तर घर बांधण्यासाठी त्याने जेव्हा पुन्हा खोदकाम केलं तेव्हा त्याला जमिनीमध्ये पुरलेला खजिनाही मिळाला.

सामान्य दृष्टिकोनातून पाहिले तर नवीन घर पडणे ही वाईट घटना समजली गेली, वास्तविक निसर्गाची इच्छा त्याहून अधिक चांगले काहीतरी वाढून देण्याची होती. या समजुतीने जर तुम्ही घटना स्वीकाराल, थोडे धैर्य ठेवाल, तर प्रत्येक घटनेत दडलेले आश्चर्य पाहू शकाल. नाहीतर प्रत्येक संधीला धोका समजून तिच्यापासून दूर पळाल.

दुःखद किंवा वाईट वाटणाऱ्या घटनांना टेस्टिंग, परीक्षाही म्हणता येईल. कारण या घटना माणसाच्या आयुष्यात परीक्षेच्या घटिका असतात, ज्यांमधून जाऊन त्याचा विश्वास जास्त दृढ होतो.

कोणाच्या आयुष्यात आरोग्यविषयक समस्या येतात तर कोणाच्या जीवनात आर्थिक... कोणी नात्यांच्या गुंत्यात अडकला आहे तर कोणाला मानसिक रोगांचा त्रास... एखाद्या कुटुंबात अचानक आवडत्या माणसाच्या मृत्यूने त्यांच्या आयुष्यावर झाकोळ येते. या कसोट्या पार करूनही जो माणूस स्वतःवर, देवावर भरवसा ठेवून काम करतो, त्याला आयुष्यात चांगले परिणाम मिळतात. तेव्हा तो म्हणू शकतो, 'बरं झालं, माझ्या आयुष्यात देवाने अमुकतमुक समस्या वाढून ठेवली, नाहीतर मला चांगले आयुष्य मिळाले नसते.'

तुम्हालाही जीवनात विश्वासाचे शिखर गाठण्याची इच्छा असेल, तर तिसऱ्या विश्वासनियमासह वाटचाल करा आणि समर्पणाच्या ताकदीची प्रचिती घ्या.

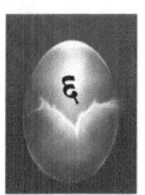

तू जागृत होशील,
तेव्हाच विश्वास दृढ होईल

कित्येकदा तरी एखादी घटना घडत असताना माणसाला शंका येते, 'आता काय होऊ शकते? इतके नुकसान झालंय, गोष्ट हाताबाहेर गेलीय, खूप उशीर झाला आहे. आता विश्वास ठेवला तरीही काही होणार नाही' इत्यादी पण अशा वेळीही विश्वासाने प्रार्थना तर करता येतेच.

एका जंगलात एक गरोदर हरिणी आपल्या पिल्लाला जन्म देणार होती. प्रसूतीची वेळ जवळ आल्यामुळे तिला खूप वेदना होत होत्या. पिल्लाला जन्म देण्यासाठी ती एक सुरक्षित ठिकाण शोधत होती. पण अचानक तिने पाहिले, की वातावरण बदललंय आणि आकाशात सगळीकडे काळे ढग जमा झालेत. थोड्या वेळाने विजाही चमकू लागल्या.

हरिणी त्रासून इकडे-तिकडे फिरू लागली आणि वेदनांमुळे जोरजोराने कण्हू लागली. तेव्हा जिथे बरेच कोरडे गवत पडले होते अशा एका ठिकाणाकडे तिचे लक्ष गेले. ते बघून तिच्या जिवात जीव आला. पण अचानक मोठ्या गडगडाटासह वीज त्या कोरड्या

गवतावर पडली. मग काय! शुष्क गवत धडाधडा पेटले.

अशा स्थितीत हरिणी चांगलीच अडकली. एकीकडे प्रसुतीच्या वेदना तर दुसरीकडे आग. हरिणीसाठी आत आणि बाहेर दोन्ही बाजूंनी त्रासच त्रास होता.

मात्र हरिणीला बाण मारण्यासाठी नेम साधून बसलेला एक शिकारी लांबूनच हे दृश्य पाहत होता. त्याचवेळी हरिणीची दृष्टी त्या शिकाऱ्यावर पडली आणि घाबरून ती दुसरीकडे पळण्याचा प्रयत्न करू लागली, पण त्या बाजूला तिला एक सिंह उभा असलेला दिसला. आता त्या हरिणीच्या चारही बाजूंनी धोकाच धोका होता, वरून वीज... खाली आग... उजवीकडे शिकारी... तर डावीकडे सिंह. अशा परिस्थितीत तिने क्षणभर स्वतःची आणि होणारे पिल्लू यांच्या जीवनाची आशाच सोडली. म्हणतात न, की कठिणातल्या कठीण प्रसंगी जेव्हा काही मार्ग दिसत नाही, तेव्हा ईश्वरावर भरवसा ठेवून प्रार्थना करणे हाच शेवटचा उपाय राहतो. हरिणीनेही मनापासून प्रार्थना करायला सुरुवात केली- 'मी ईश्वराची प्रिय आहे, कोणतीही दुष्ट शक्ती मला स्पर्शही करू शकणार नाही.'

प्रार्थनेत मग्न हरिणी पूर्ण विश्वासाने देवाची प्रार्थना करीत राहिली. तेवढ्यात एक वीज शिकाऱ्याच्या जवळ कोसळली. त्यामुळे तो घाबरून तिथेच पडला आणि त्याच्या हातातला बाण सुटून सिंहाला लागला. विजेला घाबरून शिकारी तेथून पळून गेला, बाण लागल्यामुळे सिंह मरून पडला आणि पाऊस जोरात पडू लागला. आता हरिणीच्या चौफेर लागलेली आगही विझली.

शेवटी हरिणीचा विश्वास खरा ठरला आणि तिच्या प्रार्थनेचे फळ मिळाले. तिच्या चारही बाजूंचे धोके टळले आणि तिने आपल्या पिल्लाला जन्म दिला.

या कथेचे तात्पर्य सांगते, की विश्वास ठेवण्यात कधीही उशीर होत नसतो. आज तुम्हाला परिस्थिती कितीही नकारात्मक वाटत असेल, पण तरी, 'आता खूप उशीर झाला आहे, अमुक-तमुक गोष्ट बदलू शकत नाही... ही कठीण परिस्थिती अशीच राहील' असा विचार करण्याऐवजी आपला विश्वास लगेच जागृत करा आणि ईश्वरावर भरवसा ठेवा. जे होते ते चांगल्यासाठीच म्हणून नंतरही सर्वकाही ठीक होणार आहे. त्यासाठी गतदिवसांमधल्या चुकांबद्दल पश्चात्ताप करण्याऐवजी, त्यांच्यावर आपला विश्वास वाढेल, असे काम करायला हवं. ज्यायोगे तुमचा आताचा विश्वासच भविष्यकाळ बदलेल.

एकदा सागरकिनारी राहणारे काही कोळी, मासळी पकडण्यासाठी समुद्रात दूरवर

गेले. त्या वेळी मोठे वादळ आले. वादळामुळे कोळ्यांची होडी दुसरीकडेच गेली आणि ते वाट चुकले.

त्यांच्या घरचे लोक काळजीत पडले. कारण खूप उशीर झाला तरी ते परत आले नाहीत. कोणत्या बाजूला जावे हे कोळ्यांना समजत नव्हते. त्यांना वाटू लागले, की त्यांच्या आयुष्याचा शेवट आला आहे.

थोडा वेळ ते समुद्रात वल्ही मारत राहिले पण त्यांना तीर दिसतच नव्हता. काही वेळाने त्यांना दूर कुठेतरी जाळ दिसला. ते बघून त्यांना आशा वाटली आणि ते त्या दिशेला जाऊ लागले. ते किनाऱ्यावर पोहोचताच त्यांच्या कुटुंबीयांच्या डोळ्यांत आनंदाश्रू आले. फक्त एका कोळ्याची पत्नी नाराज आणि निराश दिसत होती.

'बाकी लोक बघ किती आनंदात आहेत, पण मला बघून तुला आनंद झाला नाही का? तू इतकी उदास का दिसते आहेस?' कोळ्याने असं विचारल्यावर त्याची पत्नी म्हणाली, 'तुम्ही सुखरूप पोहोचलेले पाहून मला आनंद झाला आहे पण वादळ सुरू झालं तेव्हा आपल्या झोपडीला आग लागली आणि आपली आयुष्यभराची मेहनत जळून राख झाली. त्यामुळे आपले सर्व काही गमावण्याचं दुःख मला अधिक होत आहे.'

पत्नीचं बोलणं ऐकून कोळ्याच्या डोळ्यांत आनंद झळकला आणि त्याने देवाला हात जोडून म्हटले, 'हे ईश्वरा, माझे घर जाळलेस त्याबद्दल धन्यवाद! मी तुझा आभारी आहे.' पतीची अशी प्रतिक्रिया पाहून पत्नीला नवल वाटले पण तिची समजूत घालत कोळी म्हणाला, 'झोपडी जळणे ही वरवर दुःखद घटना दिसली तरी खरंतर ती देवाची कृपा होती. हा जाळ बघूनच तर आम्हाला योग्य दिशा कळली आणि आम्ही किनाऱ्यापर्यंत पोहोचू शकलो. अन्यथा आज अनेकजण अनाथ झाले असते.'

हे वाक्य तुम्ही आजवर अनेकदा ऐकलं असेल. प्रत्येक धर्म आणि पंथाच्या शिकवणीत असं म्हणतात, जे होते ते भल्यासाठीच. पण आज आपण हे नव्या पद्धतीने विश्वासनियमाच्या रूपात जाणतो आहोत.

निसर्गाची इच्छा असते, की माणसाने त्याच्या आयुष्यात सर्व शक्यता खुल्या कराव्यात. ज्यात फक्त सकारात्मकच नव्हे, तर नकारात्मक घटनांचीही भूमिका असते. पण माणूस चांगल्या घटना घडल्यावर 'जे होते ते भल्यासाठीच होते' हे सहजपणे मानतो, मात्र हा नियम नकारात्मक घटनांना लागू करत नाही, वाईट होण्यामागेही काही चांगले दडलेले असते, ही गोष्ट त्याच्या मनाच्या तर्कातच बसत नाही.

खरं म्हणजे प्रत्येक नकारात्मक घटनेच्या दुसऱ्या बाजूला काही न काही सकारात्मक नक्कीच दडलेलं असतं. कधीकधी ते तुम्हाला त्या वेळीच समजतं तर कधी काही वेळानं समजतं. उदाहरणार्थ- एका माणसाला अपघात झाला आणि त्याने विचारले, 'ही गोष्ट कोणत्या भल्यासाठी झाली आहे?' तर याचे उत्तर काय असेल? चला, हे समजून घेऊ या.

खरं म्हणजे मनाच्या विपरीत घटनांमध्ये माणूस काही चांगले बघू शकत नाही. कारण त्याच्या मनात चांगल्याची एक व्याख्या असते. त्याला वाटते, की सर्व काही त्याच्या मनाप्रमाणे होत असेल तरच ईश्वर त्याच्या भल्यासाठी करतोय आणि मनाविरुद्ध होत असेल तर ईश्वर चुकीचं वागतोय. जसं, एखाद्या लहान मुलाला वाटतं, की चॉकलेट मिळणं चांगलं आणि न मिळणं वाईट, पण तुम्हाला माहीत असतं, जास्त चॉकलेट खाणं मुलाच्या आरोग्यासाठी हानिकारक असतं. अशा वेळी जर आई-वडील त्याला चॉकलेट खाऊ देत नसले तर त्यांचं तसं वागणं चुकीचं नसतं.

त्याचप्रमाणे माणूस जर 'अपघात होणे' हे वाईट समजण्याऐवजी ईश्वरावर भरवसा ठेवून विचार करील, तर त्याच्यासमोर बऱ्याच बाजू स्पष्ट होऊ शकतात. जसं, तो खूप दिवसांपासून आराम करण्याचा विचार करत होता पण काम जास्त असल्याने आराम करू शकत नव्हता. मात्र आता अपघातामुळे त्याला विश्रांती घेण्याची संधी मिळाली... किंवा त्याला त्याच्या ऑफिसातल्या एका मीटिंगमध्ये भाग घेण्याची इच्छा नव्हती... अथवा अपघाताच्या निमित्ताने त्याला कुटुंबीयांबरोबर वेळ घालविण्याची संधी मिळाली, इत्यादी. विचार केल्यानंतरच हे समजेल, की ईश्वर कधी चूक करत नसतो, त्या अपघातात सूक्ष्मरूपात का असेना, पण काहीतरी नक्कीच चांगले दडलेले होते.

कोळ्यांच्या उदाहरणात हीच गोष्ट समोर येते. जेव्हा कोळ्याने घरी पोहोचण्याचे रहस्य सांगितले, तेव्हा त्याच्या बायकोला पटले, की आतापर्यंत तिने घटनेची एक बाजूच पाहिली होती. घर जळणे ही तर त्या घटनेची पहिली बाजू होती, पण ज्यामुळे बऱ्याच लोकांना जीवनदान मिळाले; ही त्या वेळी बायकोला न दिसलेली त्या घटनेचीच दुसरी बाजू होती.

जेव्हा तुमचा विश्वास डळमळेल अशी घटना घडेल, तेव्हा स्वतःला आठवण द्या, 'अद्याप दुसरी बाजू माझ्यासमोर आलेली नाही, म्हणून मी या घटनेत आनंदी राहीन.'

कारण घटनेचा सकारात्मक परिणाम झाल्यावर तर कोणीही खूश होतं, पण

घटनेतून जात असतानाही पूर्ण विश्वास ठेवून आनंदी राहणे हीदेखील एक कला आहे.

'अपने आप परोसा ईश्वरपर भरोसा.' हा नियम सखोलपणे समजून घेण्यासाठी, आपल्या नेहमीच्या आयुष्याचा भाग असलेल्या एका उदाहरणाकडे वळू या.

एक माणूस रहदारीत अडकला होता आणि खूप त्रासला होता. रहदारीत तो सर्वांना दोष देऊ लागला. 'कोणत्या लेनमध्ये ड्रायव्हिंग करावं, हे लोकांना कळतच नाही... कसेही गाडी चालवतात... कुठूनही मध्ये शिरतात... कुठेही गाडी पार्क करून ठेवतात...' असाच चडफडत तो कसाबसा रहदारीतून बाहेर पडला आणि त्याला घरी पोहोचायला उशीर झाला. जेव्हा तो घरी पोहोचला तेव्हा बघतो तर काय, त्याच्या खिशात घराची किल्लीच नव्हती.

तो आणखी त्रासण्याआधीच त्याने पाहिलं, की आत्ताच ऑफिसच्या बसमधून उतरलेली त्याची पत्नी समोरून येत होती. पत्नीजवळ असलेल्या किल्लीने त्यांनी कुलूप उघडलं. आत येताच त्याचे लक्ष समोरच्या भिंतीवर टांगलेल्या स्वतःच्या किल्लीकडे गेले. तो आपली किल्ली घरीच विसरून गेला होता. जेव्हा तो शांत बसला तेव्हा त्याच्या डोळ्यांसमोर सर्व दृश्य तरळले. त्याला वाटलं, थोड्या वेळापूर्वी तो उगीच वैतागला होता. कारण तो लवकर घरी पोहोचला असता, तरीही काही फायदा नव्हता. किल्ली नसल्यामुळे त्याला बाहेरच थांबावं लागलं असतं. जर त्याला भरवसा असता, 'जे होते ते भल्यासाठीच होत असते' तर रहदारीत अडकूनही तो आनंदी, शांत राहू शकला असता. अज्ञानामुळे घटनेची एकच बाजू पाहून तो दुःखी झाला. पण घटनेची आधी न दिसलेली दुसरी बाजू खरंतर त्याच्या आनंदाला कारणीभूत ठरली.

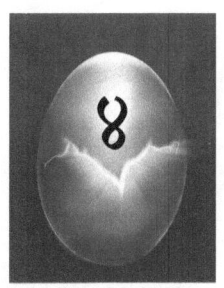

चौथा विश्वासनियम

आपल्या मुखाने केलेले वर्णन प्रत्यक्ष घडेल

आपण जेव्हा कुणाच्या सत्यतेवर अविश्वास दाखवून त्याला दोष देतो किंवा खडे बोल सुनावतो, तेव्हा तुम्ही अप्रत्यक्षपणे ईश्वरालाच दोष देत असता, हे लक्षात ठेवा. कारण तुमच्याप्रमाणेच त्यालाही ईश्वरानेच निर्माण केले आहे. यासाठी स्वतःचा विश्वास वाढवा. अविश्वास आणि दोषारोप यांचा त्याग करा.

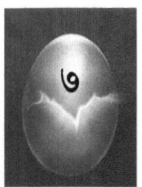

आपल्या मुखाने केलेले वर्णन प्रत्यक्ष घडेल

माणसाच्या आयुष्यात वाणी आणि शब्दाचं खूप महत्त्व आहे. माणसानं उच्चारलेले शब्द हे त्याच्या वाणी आणि विश्‍वासाचे वाहक आहेत. माणूस दिवसभर जसे शब्द उच्चारत असतो, त्यावरून त्याचा विश्‍वास कसा आहे, हे समजतं.

माणूस अज्ञानात बऱ्याचदा नकारात्मक विचारांचं विस्तारानं वर्णन करत असतो. ज्याला घातक वाणी असंही म्हटलं जातं. यामुळे माणूस जाणते-अजाणतेपणी स्वत:चं नुकसान करून घेत असतो. उदाहरणार्थ, काही लोकांना स्वत:च्या अडचणी, आजारपण इत्यादींचं वर्णन करत राहण्याची, त्यांची इतरांजवळ तक्रार करत राहण्याची सवय असते. सकाळी लवकर उठण्याची अडचण, ऑफिसात वरिष्ठांनी आणि घरी ज्येष्ठांनी सांगितलेल्या कामांची कटकट, नात्यातली भांडणं, घरकाम करणाऱ्या बाईच्या अडचणी, स्वत:चं-नातेवाइकांचं आजारपण इत्यादीचं वर्णन काही लोक सातत्यानं इतरांजवळ करत असतात. अशा सातत्यानं रडगाणं गाणाऱ्यांना हे माहिती नसतं, की त्यांच्या अशा सततच्या वागण्यामुळे त्यांच्या आयुष्यात त्याच-त्या

गोष्टी त्यांच्या आयुष्यात वास्तवात घडताहेत. परिणामी माणूस भांडणं, वाद-विवाद, तर्कवितर्कामध्ये पुनःपुन्हा अडकतो.

मात्र, जर माणसानं ईश्वरीय विचार ओळखून त्या विचारांना आपल्या वाणीत आणि आचारात आणलं, तर मनुष्याचं जीवन खूप सुसह्य होऊ शकतं. कारण तुम्ही आपल्या वाणीनं जे वर्णन कराल, तेच प्रत्यक्षात घडेल,' असं चौथा विश्वासनियम सांगतो. याचा अर्थ जेव्हा माणूस ईश्वरीय विचारांची विश्वासानं, श्रद्धेनं उजळणी करेल, तेव्हा त्याच गोष्टी तो आपल्या आयुष्यात घडताना बघेल. यालाच 'विश्वासवाणी' असं संबोधलं जातं.

ईश्वराचा उल्लेख केला जातो, तेव्हा मनात विविध विचार येतात आणि डोळ्यांसमोर ईश्वराची विशिष्ट प्रतिमा तरळून जाते. पण इथे ईश्वराचा अर्थ कुठल्याही एका विशिष्ट धर्माशी निगडित नाहीये. इथं ईश्वराचा अर्थ चेतना, चैतन्य, स्वानुभव, स्रोत याच्याशी संबंधित आहे. साध्या-सोप्या शब्दांत आपण याला निसर्ग, विश्व किंवा असंच काही नाव देऊ शकतो, ज्याला तुम्ही ईश्वराची परम शक्ती म्हणू शकता.

माणसाच्या वाणीमध्ये अवर्णनीय ताकद आहे, शक्ती आहे. त्यामुळे जे लोक हे जाणतात, की वाईट किंवा घातक बोलण्यापेक्षा स्वत:ला शांत ठेवणं कधीही चांगलं, ती माणसं ईश्वरीय वाणी उच्चारून, त्याचा प्रसार करून सकारात्मक विचार आपल्या आसपास पसरवतात.

माणूस ईश्वरीय वाणीचं वारंवार स्मरण आणि उच्चारण करतो, तेव्हा त्या शब्दांमध्ये शक्ती येते, ताकद येते. असे शब्द औषधांचं काम करतात, वाणीची ताकद बनतात.

पुराणशास्त्रातही याचे दाखले सापडतात, की माणूस जे बोलतो, तसंच त्याच्या आयुष्यात घडतं. त्याने उच्चारलेले शब्द वास्तवात उतरतात. त्यामुळेच पूर्वीच्या काळी तप साधनेमुळे ऋषिमुनींच्या वाणीमध्ये प्रचंड सामर्थ्य निर्माण होत असे. यामुळे पुराणकाळातल्या ऋषिमुनींनी दिलेले शाप खरे ठरत आणि वरदान दिलं तर ते फलित होत असे. मात्र आज नकारात्मक शब्दाचं वर्णन होत असल्याने वाणीची हीच ताकद मनुष्याची कमजोरी बनत चालली आहे. आज मनुष्याला हा विश्वासच वाटेनासा झालाय, की सकारात्मक वर्णन आणि वाणीमुळे केवळ त्याच्या स्वत:च्याच आयुष्यात नव्हे तर विश्वातही परिवर्तन घडू शकतं.

ईश्वरीय विचारांना कसं ओळखाल?

माणसाच्या मेंदूत प्रत्येक क्षणी कितीतरी विचार येत जात असतात. त्यातले काही

विचार माणसाच्या मनात स्वत: उत्पन्न होतात, तर काही आजुबाजूच्या परिस्थिती, घटना यांमुळे निर्माण झालेले असतात. काही सकारात्मक असतात तर काही नकारात्मक.

काही विचार माणसाची सुरक्षा आणि मार्गदर्शन या हेतूनं अंतर्मनातून आलेले असतात. ज्यांना 'सहजबोध विचार' अर्थात Intuition असं म्हणतात. मात्र या सगळ्या विचारांमध्ये काही विचार असेही असतात, जे माणसाच्या हृदयातून उपजतात. असे विचार माणसाचा विकास करण्यासाठी आणि विश्वास वाढवण्यासाठी असतात. ज्याला ईश्वरीय विचार (Divine Thoughts) असं म्हणतात.

विचार करा, ईश्वरीय विचार कधी नकारात्मक, मर्यादित किंवा निराशाजनक असू शकतील का? त्या विचारांमध्ये क्रोध, लोभ, दु:ख, द्वेष असू शकतो? नाही ना?...हे ईश्वरीय विचार तर अनंत, असीम आणि विश्वासानं भरलेले असतात.

मग आता प्रश्न असा उपस्थित होतो, की ईश्वरीय विचारांना ओळखायचं कसं? त्यासाठी दोन मुख्य बाबी लक्षात घ्याव्या लागतील. त्यापैकी एक म्हणजे ईश्वराचे गुण काय आहेत आणि दुसरं म्हणजे तुमची भावना काय आहे?

प्रथमत: हे समजून घ्या, की ईश्वरानं या सृष्टीची रचना केली आहे आणि सृष्टीमधील प्रत्येक सजीव-निर्जीवामध्ये ईश्वराचा अंश आहे. माणूसही ईश्वराचा अंश आहे. त्यामुळे जे ईश्वराच्या बाबतीत सत्य आहे, तेच मनुष्याच्या बाबतीतही सत्य आहे. मनुष्यामध्येही ईश्वरीय गुण आहेत, ईश्वराचे अनेक गुण आहेत. त्यापैकी प्रेम, आनंद, शांती आणि मौन हा ईश्वरीय स्वभाव आहे. माणूस हा ईश्वराचा अंश असल्याने हा त्याचाही स्वभाव आहे.

तुम्ही जेव्हा तुमचा मूळ स्वभाव आणि गुण लक्षात ठेवाल, त्या वेळी ईश्वरीय विचारांची तुम्हाला ओळख होणं सोपं होईल. ईश्वरीय विचार, ईश्वरीय गुणांच्या अनुषंगानंच असतात. मनुष्य मात्र याबाबत अनभिज्ञ असतो. यामुळेच मनाविरुद्धच्या परिस्थितीत माणसाच्या मनात बदला घेण्याचे, एखाद्याचं अहित करण्याचे विचार येत असतात. याच अविचारांमध्ये कधी कधी माणसं एखाद्याची हत्या करण्याचाही विचार करतात. बऱ्याच वेळा मनुष्याचं मन दुविधेत अडकतं. जसं, त्याचं एक मन म्हणत असतं, की आपल्या शत्रूला आपण धडा शिकवावा. त्याचा बदला घ्यावा. मात्र त्याचवेळी त्याचं दुसरं मन म्हणत असतं, जाऊ दे, या सर्व गोष्टीत काहीच अर्थ नाही. या दोन्हींपैकी ईश्वरीय विचार तो आहे, जो ईश्वराच्या गुणांशी ताळमेळ ठेवतो. जो कुणाचं कधीच अहित चिंतत नाही.

सर्वप्रथम मनुष्यानं आपल्या हृदयाच्या कुठल्या कप्प्यात हे गुण दडलेले आहेत, याचा शोध घेणं गरजेचं आहे. या चांगल्या गुणांच्या शोधात मग वाईट गुणही समोर येत राहतात, कारण वाईट गुणही त्याच्यात असतात. अशा प्रसंगी वाईट गुणांकडे दुर्लक्ष करून माणसानं सद्‍गुणांवर लक्ष केंद्रित करायला हवं. जीवनात घडणाऱ्या कुठल्याही नकारात्मक घटनेत प्रेम, आनंद, शांती यांसारख्या गुणांचं स्मरण करायला हवं. कारण हे तेच गुण आहेत, जे माणसाला नकारात्मक परिस्थितीतून बाहेर पडण्यासाठी मदत करतात.

ईश्वरीय विचार ओळखण्याच्या दुसऱ्या प्रक्रियेत तुम्हाला तुमच्या भावनांवरही लक्ष द्यावं लागेल. कारण ईश्वरीय विचारांसोबतच तुमच्यात एक दृढतेची भावना निर्माण होते. त्या वेळी त्या विचारांसाठी मन म्हणत असतं, 'होय, हेच ते आहे, जे मला हवं होतं.' अशा वेळी त्या विचारांवरच अंमल व्हायला हवा, अन्यथा मन पुन्हा इतर निरर्थक विचारांमध्ये गुरफटून जातं. चला, ही अंतर्मनातून येणारी दृढतेची भावना काही प्रश्नांच्या माध्यमातून समजून घेऊ या.

कधी तुमच्यासोबत असं होतं का, की आज ऑफीसला कारने नाही स्कुटरने जाऊ या असा विचार येतो. मग तुम्ही कारऐवजी स्कुटरने ऑफीसला जायला निघता. रस्त्यात तुम्हाला ट्रॅफिक लागतं आणि मग कारऐवजी स्कुटरने जाण्याच्या घेतलेल्या निर्णयाबद्दल तुम्हाला आनंद वाटतो.

कधी एखादं विशिष्ट पुस्तकं वाचावं असं तुम्हाला तीव्रतेनं वाटतं. तुम्ही ते पुस्तकं वाचायला घेता, पण पुस्तक वाचून पूर्ण झाल्यावर तुमच्या असं लक्षात येतं, की तुम्हाला तुमच्या समस्येचं उत्तर त्या पुस्तकात सापडलं आहे.

हीच आहे अंतर्मनातून येणारी दृढतेची भावना, गट फिलींग! जी मनात आली, त्यावर अंमल केला आणि त्याचा परिणामही लाभदायकच आला.

मात्र कधी कधी तुमच्या-आमच्यासोबत याच्या उलटही घडतं.

ऑफीसला निघताना तुमच्या मनात येतं, की आत्ता गाडीत पेट्रोल भरून घ्यावं. मात्र लगेच विचार येतो, की सध्यापुरतं पेट्रोल आहे गाडीत, आत्ताऐवजी संध्याकाळी भरूयात. आणि मग संध्याकाळी कळतं, की पेट्रोलपंपवाल्यांचा संप सुरू झालाय.

कधी कधी असंही होतं, की चुकीच्या जागी गाडी पार्क केल्यामुळे ट्रॅफिक पोलीस तुमच्यावर ओरडत असतो. त्या वेळी तुमच्या मनात विचार येतो, अशा वेळी शांत राहणेच चांगले. पण मात्र समोरच्याचं वागणं पाहून तुम्ही मनात जे आलं, त्याच्या

अगदी उलट प्रतिसाद देता. त्यामुळे तुमचं काम बिघडतं. परिणामी तुमच्यावर पोलीस स्टेशनला जाण्याची वेळ येते.

या काही उदाहरणांतल्या घटनांमधून हेच लक्षात येतं, की बऱ्याचदा हृदयातून काही तीव्र विचार येत असतात पण त्याकडे दुर्लक्ष करून मनुष्य नेमकं या विचारांच्या विरुद्ध वागतो. त्यामुळे त्याच्यावर पश्चात्ताप करण्याची वेळ येते. हे तुलना करणारे विचार माणसाला ईश्वरीय विचारांपासून दूर नेतात.

तुम्ही जेव्हा असे तुलनात्मक विचार आणि ईश्वरीय विचार यांतला फरक समजून घ्यायला शिकाल, तेव्हाच व्यर्थ विचारांमधून बाहेर येऊन ईश्वरीय विचारांना शब्द किंवा विश्वासवाणी देऊ शकाल.

ईश्वरीय विचारांना (गट फिलींग) ओळखण्यात सुरुवातीला तुम्हाला कदाचित वेळ लागू शकतो. मात्र एकदा का या विचारांशी तुमचा ताळमेळ बसला, की मग आयुष्य खूपच सोपं आणि सहज होऊन जाईल. मग जितके तुम्ही या विचारांना ऐकायला, ग्रहण करायला शिकाल, तितकं तुम्हाला तुमच्या आतून मार्गदर्शन मिळायला सुरुवात होईल.

या व्यतिरिक्त जेव्हा तुम्हाला नकारात्मक विचार सतावतील, त्रास देतील, तेव्हा स्वत:ला, या वेळी मला ईश्वरीय विचारांची आवश्यकता आहे, याची आठवण द्या. यासाठी स्वत:ला प्रश्न विचारा, 'मी दुर्बल आहे असा विचार ईश्वर मला देईल का?' नाही. नक्कीच नाही. उलट ईश्वर असा विचार तुम्हाला देईल, की 'तुला जे दुर्बल झाल्यासारखं वाटतंय, ती तुझी तात्पुरती अवस्था आहे. तुझ्या हातून काहीतरी भव्यदिव्य करण्याआधीची ही अवस्था आहे. तुला तुझी ताकद कळावी यासाठी ही अवस्था आहे.'

त्या क्षणी तुमच्या आतून आवाज येईल, 'ही वेळ दुर्बल होण्याची नाही. काहीतरी नवीन करून दाखवण्याची ही संधी आहे.'

ईश्वरीय विचारांचं वर्णन कसं कराल?

ईश्वरीय विचारांची ओळख पटल्यानंतर या विचारांना विश्वासवाणी देण्यासाठी एक शब्द तुम्हाला खूप मदत करेल. तो शब्द आहे, 'जेणेकरून'. तुमच्या मनात जेव्हाही ईश्वरीय अथवा सकारात्मक विचार येईल, तेव्हा त्यासोबत हा **'जेणेकरून'** शब्द जोडून त्याच्यापुढे असं का व्हायला हवं हे जोडा. उदाहरणार्थ-

- मला चांगल्या पगाराची नोकरी हवी आहे **जेणेकरून** मला समृद्ध आयुष्य जगायचं आहे... **जेणेकरून** मला आपल्या परिवाराचं पालनपोषण चांगल्या

पद्धतीनं करायचं आहे... **जेणेकरून** माझ्या मुलांना चांगल्या शाळेत शिकवू शकेन... **जेणेकरून** मी चांगल्या कार्यासाठी दानधर्म करू शकेन.

- मला पर्यावरणपूरक आयुष्यं जगायचं आहे, **जेणेकरून** पर्यावरण संतुलन राखण्यात मला निमित्त बनायचं आहे... **जेणेकरून** भावी पिढीला स्वच्छ पर्यावरणाचे लाभ मिळावेत... **जेणेकरून** सर्वांना शुद्ध हवा, पाणी आणि अन्न मिळावे.

- मला नेहमी आनंदी राहायचंय, **जेणेकरून** माझ्या आसपास नेहमी उत्साही वातावरण असावं. **जेणेकरून** माझं आणि माझ्या आसपासच्या लोकांचं मानसिक स्वास्थ्य उत्तम राहावं... **जेणेकरून** कामं व्यवस्थित रीतीनं पूर्ण व्हावीत... **जेणेकरून** इतरांनाही नेहमी आनंदी राहण्याची प्रेरणा मिळावी.

या उदाहरणांच्या मदतीनं तुम्हीही ' जेणेकरून' शब्द जोडून ईश्वरीय विचारांचं इतकं वर्णन करा, की तुम्हाला हवं असलेलं सर्व काही प्रत्यक्षात घडेल.

'जेणेकरून' शब्द वापरल्याने नकारात्मक विचाराचंही विश्वासवाणीमध्ये परिवर्तन करता येऊ शकतं. जसं, 'मला अपघात बघायचा नाहीए.' आता एखादी दुर्घटना बघण्याची तुम्हाला इच्छा नाही हे यातून तुम्ही निसर्गाला सांगत असता. ही जरी चांगली गोष्ट असली तरी या वाक्यातल्या 'दुर्घटना' शब्दावर लक्ष जातं, त्या शब्दाला वाणी दिली जाते. ही घातक वाणी असते पण जेव्हा तुम्ही या वाक्यात 'जेणेकरून' हा शब्द जोडून सकारात्मक बनवता, तेव्हा त्याला विश्वासवाणी प्राप्त होते. जसं, 'मला अपघात-दुर्घटना पाहायची नाहीये **जेणेकरून** मला माझा प्रवास सहज आणि सुरक्षित रीतीनं पूर्ण करायचा आहे... **जेणेकरून** मी सर्वांना आरोग्यपूर्ण पाहू इच्छितो.'

अशा प्रकारे विश्वासाच्या चौथ्या नियमानुसार तुम्ही पुन्हा तुमच्या शब्दांची ताकद मिळवू शकता. यामुळे केवळ तुम्ही तुमचं वैयक्तिक आयुष्यच उत्तम प्रकारे व्यतीत करत नाही, तर विश्वविकासामध्येही वाटा उचलू शकता.

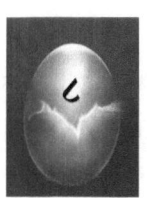

विश्वासवाणीद्वारे औषध तयार करा

'डे बाय डे इन एवरी वे, आय ॲम गेटिंग बेटर ॲण्ड बेटर' ही ओळ आहे, एमिल कुए नावाच्या प्रसिद्ध फ्रेंच मानसशास्त्रज्ञाची. एमिल यांनी स्वयंसूचना अर्थात ऑटोसजेशन तंत्राच्या माध्यमातून अनेक रुग्णांवर उपचार केले.

एमिल यांच्या या तंत्राचे वैशिष्ट्य असं, की जेव्हा आपण स्वत:ला अत्यंत वेगानं आणि सातत्यानं सकारात्मक सूचना देत असतो, त्या वेळी बाह्यमन यामध्ये हस्तक्षेप करू शकत नाही. अशा वेळी या सकारात्मक सूचना थेट आपल्या अंतर्मनापर्यंत पोहोचतात. अंतर्मनात पोहोचलेल्या या सूचना विश्वासवाणीमध्ये रूपांतरित होतात, ज्याचे परिणाम आपल्या आयुष्यात दिसून येतात.

या तंत्राला 'अफर्मेशन तंत्र' असंही म्हणतात. या तंत्राच्या वापरानं एमिल या एकाच सत्रात आपल्या रुग्णाला बरं करत. जसं, एखादा रुग्ण म्हणत असेल, 'माझ्या हातात वेदना असल्यामुळे मी हात खांद्यापर्यंतही उचलू शकत नाही', तेव्हा एमिल त्या रुग्णाला म्हणायचे, 'हात आत्ता थोडाच वर उचलता येतोय, तर आता तुम्ही

तुमच्या मनात 'इट ईज गोईंग अप' असं सतत म्हणत राहा. माझा हात उचलला जातोय. माझा हात उचलला जातोय असं म्हणत राहा. काही वेळानंतर 'इटस् गॉन' असं म्हणून तुम्हाला हात खांद्यापर्यंत पूर्ण उचलायचा आहे... बस इतकंच करायचं' आणि विशेष म्हणजे त्या रुग्णाचा हात खरंच खांद्यापर्यंत उचलला जायचा. मग एका रुग्णामधला हा बदल पाहून एमिल यांच्याकडे आलेल्या इतर रुग्णांचाही विश्वास वाढायचा. 'जर हा रुग्ण बरा होऊ शकतो, तर मी सुद्धा बरा होईन' असं तिथं बसलेल्या इतर रुग्णांच्या मनात यायचं.

स्वयंसूचनांचं हे तंत्र कदाचित बुद्धीला अतार्किक वाटू शकतं. बुद्धिवादी लोक विचार करतील, की जर खरंच असं केल्यानं लोकांना बरं वाटलं असतं तर लोकांच्या आयुष्यात इतक्या अडचणी का आल्या असत्या? कारण लोकांना जे समोर दिसतं तेच खरं वाटतं. जर तुम्ही एखाद्या आजारी माणसाला म्हणालात, 'तू निरोगी आहेस. तुझा आजार खोटा आहे,' तर तो रुग्ण तेच खरं मानून चालेल. कारण दुखणं तो सहन करत असतो. त्यामुळे तो अंतर्मनापर्यंत, 'मी आजारी आहे. मला वेदना होत आहेत, मी कधी पूर्ण बरा होईल,' असेच विचार पोहोचवतो.

कुणाला जर खरंच स्वत:च्या आजारपणातून बाहेर यायचं असेल तर त्यानं या तंत्राचा प्रयोग करून पाहावा. या तंत्रामध्ये विश्वास हा फार महत्त्वाचा घटक आहे. जर सकारात्मक स्वयंसूचनांच्या दरम्यान मन मध्ये येऊन, हे सगळं खोटं आहे, बकवास आहे, असं कुठे होत असतं का, असं म्हणत असेल तर या तंत्राचे उत्तम परिणाम मिळणार नाहीत. पण जेव्हा दुसऱ्या एखाद्या व्यक्तीच्या आयुष्यात या तंत्राच्या वापरामुळे झालेले चांगल बदल माणूस पाहतो, तेव्हा त्याचा विश्वास बसतो. मग तो स्वत:सुद्धा हा प्रयोग करू लागतो. माणूस जसजसा हे तंत्र वापरतो, तसतसे त्याच्या जीवनात याचे परिणाम दिसायला लागतात आणि त्याची वाणी ठाम विश्वासात परिवर्तित होऊन विश्वासवाणीचं रूप धारण करते.

अशा या विश्वासवाणीलाच जेव्हा माणूस आपलं औषध बनवायला शिकतो, तेव्हा तो स्वत:च्या आयुष्याचा विकासक बनतो. मग तो विकास वैयक्तिक आयुष्यातला असेल, कौटुंबिक, व्यावसायिक किंवा आध्यात्मिक असेल. एकदा का या जादुई औषधाची खरी महती त्याला समजली, की त्याच्यासाठी अशक्य काहीही राहत नाही. चला पाहुयात हे औषध कसं तयार करायचं...

सामान्यत: आपण औषध तोंडाद्वारे पोटात घेत असतो, मात्र हे औषध तोंडाद्वारे

तयार करायचं आहे. म्हणजेच जे आपण मुखातून बोलू तेच आपलं औषध असेल. या औषधाचं नाव आहे 'विश्वासवाणी.'

काही स्वयंसूचना अशा असतात, ज्या मनातल्या मनात उच्चारल्या जातात. मात्र विश्वासवाणी प्रत्यक्ष बोलावी लागते. जेव्हा तुम्ही सकारात्मक विचारांना विश्वासवाणी देऊन त्याचा उच्चार करता, तेव्हा त्याचं औषधात रूपांतर होतं.

या तंत्राचं वैशिष्ट्य हे आहे, की जेव्हा तुम्ही सकारात्मक शब्द वेगानं उच्चारता, तेव्हा तुमच्या आत सुरू असलेल्या नकारात्मक विचारांना प्रतिबंध केला जातो. तुम्ही फक्त आणि फक्त चांगल्या भावनेनं भरून जाता.

तुम्ही जसं एमिल कुए यांच्या उदाहरणावरून लक्षात घेतलं, तसंच तुमच्या एखाद्या आरोग्याशी निगडित समस्येसाठी बाह्योपचाराबरोबरच हे औषधही तयार करून पाहा. त्यासाठी, 'मी पूर्णपणे बरा होणार आहे. माझं आरोग्य माझ्याच हातात आहे. मी आरोग्यपूर्ण राहणं हा माझा जन्मसिद्ध अधिकार आहे,' अशा पद्धतीची वाक्यं वारंवार उच्चारत राहा.

जेव्हा तुम्ही पूर्ण विश्वासानं, स्वच्छ मनानं तुमच्या वाणीद्वारे, सतत, वारंवार तुमचं सकारात्मक म्हणणं निसर्गाला सांगता, तेव्हा ते वास्तवात परिवर्तित व्हायला लागतं. यामुळे तुम्ही केवळ बरेच होत नाहीत, तर तुमची रोगप्रतिकार क्षमताही वाढते.

या तंत्राच्या वापरादरम्यान कदाचित तुमचं बाह्य मन मध्येच, सध्या काहीच फायदा दिसत नाहीये, हे काही बरोबर नाही, मी ठीक होत नाहीए असा नकारात्मक विचार करून त्रास देईल. मात्र अशा स्थितीतही तुम्हाला हे तंत्र वापरून औषध तयार करणं सुरूच ठेवायचं आहे. जसं तुम्ही डॉक्टरांनी दिलेली औषधं सकाळ, दुपार, संध्याकाळ घेता, तसंच हे वाणीचं औषधही सकाळ, दुपार, संध्याकाळ घ्यायचं आहे. आजारपण अथवा समस्या मोठी असेल तर या औषधाची मात्रा वाढवताही येऊ शकते.

हे औषध कधीपर्यंत घ्यायचं, असा तुम्हाला प्रश्न पडला असेल, तर जोपर्यंत उत्तम आरोग्य मिळत नाही, आजारपण दूर होत नाही, आयुष्यातल्या अडचणी संपत नाहीत, तोपर्यंत हे औषध घ्यायचं आहे. या औषधामुळे तुम्ही तुमच्या आयुष्यात तुम्हाला जे जे हवंय ते ते सर्वकाही मिळवू शकता. त्यामुळे डोळे बंद करून आपल्या आवश्यकतेनुसार सकारात्मक वाक्यांची मोठ्यानं उजळणी करा. जेणेकरून ही वाक्यं तुमच्या अंतर्मनापर्यंत पोहोचून वास्तवात येतील.

खाली काही अशी सकारात्मक वाक्यं दिली आहेत, ज्याची तुम्ही उजळणी करू शकता अथवा अशा पद्धतीची तुमची स्वतःची वाक्यं तयार करू शकता.

स्वास्थ्यासाठी...

* प्रत्येक दिवशी माझं शरीर सर्व प्रकारे आरोग्यपूर्ण बनत चालले आहे.
* मी ईश्वराची संपत्ती आहे त्यामुळे कुठलंच आजारपण माझ्या आसपास फिरकू शकत नाही.
* आजारपणाला कारणीभूत ठरणाऱ्या प्रत्येक चुकीच्या नकारात्मक विचारापासून मी आता मुक्त आहे.
* माझे शरीर स्वस्थ आहे. या शरीराच्या प्रत्येक पेशीत दिव्य ऊर्जेचा प्रवाह वाहत आहे.

नात्यांसाठी...

* मी स्वतःवर आणि सगळ्यांवर प्रेम करतो, सर्वजण माझ्यावर प्रेम करतात.
* मी स्वतःला आणि सर्वांना क्षमा करतो, सर्वजण मलाही क्षमा करतात.
* मी स्वतःचा आणि सर्वांचा स्वीकार करतो, सर्वजण माझाही स्वीकार करतात.
* माझ्या जीवनात चांगले आणि इमानदार लोक येत आहेत.

व्यावसायिक नात्यांसाठी...

* मी पूर्ण आहे. या पूर्णतेमुळेच माझे प्रत्येक काम वेळेवर आणि सहजरीत्या पूर्ण होते.
* वेळेबरोबर माझा योग्य ताळमेळ बसलेला आहे. मी प्रत्येक ठिकाणी वेळेवर पोहोचतो.
* माझ्यात सकारात्मक ऊर्जेचं भांडार आहे. कुठलेही काम करण्यास मी सक्षम आहे.
* माझ्या शरीराच्या माध्यमातून ईश्वर स्वतःच्या गुणांचे उच्चतम प्रकटीकरण करू इच्छितो, करत आहे, करत राहणार आहे.
* मी समृद्धीसोबत समाधानाने ओतप्रोत भरलो आहे. निसर्गात प्रत्येकासाठी पुरेसे स्रोत उपलब्ध आहेत. मी संपत्तीचा सदुपयोग करत आहे.

* जेव्हा ज्या गोष्टीची आवश्यकता निर्माण होते, ती मला मिळतेच.

आध्यात्मिक प्रगतीसाठी...

* मी ईश्वराचा अंश आहे- त्यामुळे जे ईश्वराच्या बाबतीत सत्य आहे- तेच माझ्याही बाबतीत सत्य आहे.
* प्रत्येकात ईश्वर असून, हा सारा माझाच विस्तार आहे. मी असीम आणि अहंकारमुक्त आहे.
* मी शुद्ध आहे. मी बुद्ध आहे.
* माझ्या जीवनात प्रेम, आनंद, पैसा, स्वास्थ्य, साहस, वेळ, रचनात्मकता हे सारे विपुल प्रमाणात आहे.
* अशा स्वयंसूचनांची पुनरावृत्ती केल्यानेच आपल्यातील अडथळे नाहीसे होतात, नकारात्मकता दूर होते. समस्या ही आता समस्या न राहता ती आपला विश्वास दृढ करण्यासाठीचं साधन बनली आहे, आपल्यासाठी ती विश्वासाची शिडी बनल्याचे तुमच्या अनुभवास येईल.
* स्वास्थ्य, संपत्ती, उत्तम सवयी आणि चांगले लोक तसेच सर्वश्रेष्ठ गुण, मनाची शांती आणि आध्यात्मिक प्रगती यांसारख्या अद्वितीय गोष्टी तुमच्या जीवनात येण्यास उत्सुक आहेत, हे जाणवेल.

फक्त चौथ्या नियमानुसार आपण आपली विश्वासवाणी पुनःपुन्हा उच्चारत राहणे आवश्यक आहे- मग ती प्रत्यक्षात येताना तुम्ही पाहाल.

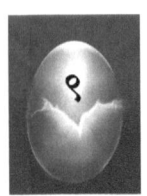

विश्वासवाणीची घोषणा

विश्वस्तपुरी नावाच्या उपनगरात एका अट्टल चोरानं धुमाकूळ घातला होता. अनेक दिवसांपासून पोलीस त्याच्या मागावर होते. एक दिवस पोलिसांपासून वाचण्याच्या गडबडीत तो चोर एका पुजाऱ्याच्या घरात शिरला.

तो पुजारी एक सच्चा भक्त होता. त्याचा ईश्वरावर अतूट विश्वास होता. देवानं प्रत्येक माणसाला चांगलंच बनवलं आहे, फक्त परिस्थिती माणसाला वाईट कर्म करण्यास प्रवृत्त करते, यावर पुजाऱ्याचा पूर्ण विश्वास होता. गावात आलेल्या प्रत्येक यात्रेकरूच्या निवासाची व्यवस्था पुजारी स्वत:च्या घरात करत असे. त्यामुळे घरात घुसलेल्या चोराचंदेखील अतिथी समजूनच त्या पुजाऱ्यानं स्वागत केलं.

पोलिसांपासून वाचण्यासाठी तो चोर काही दिवस पुजाऱ्याच्या घरातच राहिला. या काळात तो चोर मंदिराच्या कामामध्ये त्या पुजाऱ्याला मदत करत असे. मंदिरातलं पवित्र वातावरण आणि पुजाऱ्याचा प्रेमळ स्वभाव यामुळे त्या चोराचं हृदयपरिवर्तन होऊ

लागलं. अर्थात ही गोष्ट त्या चोराच्या लक्षात येत नव्हती. मंदिरात आलेल्या भक्तांबरोबर त्या चोरानं अनेक वेळा पुजाऱ्याच्या तोंडून कित्येक पौराणिक कथा ऐकल्या, भक्तांचे प्रश्न आणि पुजाऱ्याची उत्तरं ऐकली. असे कितीतरी दिवस व्यतीत झाले.

आता चोराची पुजाऱ्याच्या घरून जाण्याची वेळ आली. जाताना त्याला मंदिरात ठेवलेला सोन्याचा दिवा दिसला. तो दिवा पाहून चोराची नियत बदलली आणि जुन्या सवयीनं त्यानं तो दिवा चोरला. मात्र काही अंतरावर जाताच उपनगराच्या पोलिसानं संशयावरून त्याला पकडलं. पोलिसानं चोराची तपासणी केली. त्या वेळी चोराकडे सोन्याचा दिवा सापडला. पुरावा, चौकशी करून शहानिशा करण्यासाठी पोलीस त्या पुजाऱ्याच्या घरी पोहोचले. पोलीस पुजाऱ्याकडे चौकशी करू लागले.

घटनाक्रम लक्षात घेता पुजारी अत्यंत शांत स्वरात म्हणाला, 'हो. हा दिवा माझ्याच मंदिरातला आहे, पण तुम्ही ज्याला चोर समजून पकडलं आहे, तो तर माझा अतिथी आहे आणि 'मी त्याला तो दिवा भेट म्हणून दिला आहे. मला वाटतं, तुमचा काहीतरी गैरसमज झालाय. कृपया त्याला सोडून द्या.' चोराच्या विरोधात कुठलाच पुरावा न मिळाल्यानं पोलिसांना नाइलाजानं त्याला सोडून द्यावं लागलं. पोलिसांच्या तावडीतून तर तो चोर सुटला होता. मात्र पुजाऱ्यानं आपल्याला का वाचवलं, हे कोडं त्याला उलगडत नव्हतं.

पोलीस गेल्यानंतर चोरानं याबद्दल पुजाऱ्याला प्रश्न विचारला. तेव्हा पुजाऱ्यानं हसून उत्तर दिलं, 'तुझ्यासाठी हे खोटं असेल पण माझ्यासाठी हे सत्य आहे. कारण माझा विश्वास आहे, की ही तुझी आयुष्यातली शेवटची चोरी होती.'

पुजाऱ्याच्या तोंडून हे वाक्य ऐकून चोर स्तब्ध झाला. त्याचा स्वत:च्या कानावर विश्वासच बसत नव्हता. त्याला आश्चर्य वाटत होतं, एखाद्या चोरावर कुणी एवढा विश्वास कसा ठेवू शकतो?

चोर जेव्हा तिथून जायला निघाला, तेव्हा पुजाऱ्याची विश्वासवाणी त्याच्या कानात घुमत होती. त्याच्या मनात विचार आला, जर कुणी माझ्यावर इतका विश्वास ठेवत असेल, तर मी त्यासाठी खरंच लायक आहे का? ही माझी शेवटची चोरी होती का? नंतरचे अनेक दिवस तो पुजाऱ्याच्या शब्दांचा विचार करत राहिला. शेवटी त्याचं मन जागृत झालं आणि त्याने पुजाऱ्याचा विश्वास जिंकला.

चोराचं मनपरिवर्तन हा खरंतर पुजाऱ्याच्या विचारांचाच विजय होता, की कुठलीच व्यक्ती वाईट नसते, तर परिस्थिती त्याला वाईट बनवते. पुजारी चोरासाठी

अशी परिस्थिती निर्माण करू इच्छित होता, ज्यायोगे चोराच्या मनाचं परिवर्तन व्हावं आणि त्यानं वाईट काम करणं सोडून द्यावं. म्हणूनच पुजारी विश्वासवाणीनं म्हणाला, 'ही त्याची शेवटची चोरी आहे.'

पुजाऱ्याच्या तोंडून निघालेल्या वाणीमध्ये इतकी प्रचंड शक्ती होती, की खरंच ती त्या चोराची शेवटची चोरी ठरली. चोराच्या आतल्या दडलेल्या भल्या माणसावर पुजारी विश्वास ठेवू शकला. म्हणूनच चोरातील अदृश्य रूपातला भला माणूस वास्तवात प्रकट झाला. चोर आता चोर राहिला नाही.

पुजाऱ्यानं जर चोराला पोलिसांच्या हवाली केलं असतं तर चोराला तुरुंगवास झाला असता आणि जेलमधून बाहेर आल्यानंतर तो पुन्हा चोरीच्या मार्गाकडे वळला असता. त्यामुळे त्याच्या चोरी करण्याच्या सवयीपासून चोराची कधीच सुटका झाली नसती. मात्र पुजाऱ्याच्या विश्वासवाणीनं चोराला नवं आयुष्य बहाल केलं. चोराच्या स्वभावात परिवर्तन आणून चोराला प्रामाणिक बनवलं.

या गोष्टीचं मनन करून विचार करा, की आपल्या आयुष्यात विश्वासवाणीच्या शक्तीचा तुम्ही कसा उपयोग करू शकाल? वेगवेगळ्या प्रसंगात तुम्ही कुठल्या विश्वासवाणीचा पुनरुच्चार कराल? जसं, चोरीच्या कृतीसोबत विश्वास जोडला गेल्याने त्या चोराची ती शेवटची चोरी ठरली. तसंच तुमच्या वृत्तीला विश्वासाची जोड दिल्यास त्यांचाही शेवट होईल का? तुमच्या जीवनात पुजाऱ्यासारखी एखादी व्यक्ती आहे का, जी तुमच्यातल्या केवळ चांगल्या गुणांकडेच लक्ष देते, जसं, की आई-वडील, प्रेरणा देणारा एखादा गुरू किंवा मित्र? असं कुणी आहे का, ज्यांच्या विश्वासामुळे तुम्ही असं म्हणू शकाल, अहंकारामुळे माझ्या नात्यामध्ये जे दु:ख निर्माण झालंय ते माझं शेवटचं दु:ख असेल? प्रमोशन न मिळाल्यामुळे मला जी अस्वस्थता आलीय त्याचा आज शेवटचा दिवस असेल? अमुक आजार, चूक, आता पुन्हा नाही होणार... भविष्यातल्या असुरक्षिततेची भीती वाटण्याचा आज शेवटचा दिवस आहे? हा माझा शेवटचा अयोग्य प्रतिसाद आहे... जरी अशी प्रेरणा देणारं तुमच्या आयुष्यात कुणी नसलं, तरी विश्वासाची शक्ती जाणून तुम्ही स्वत: पुढाकार घेऊन असं दमदार आव्हान करू शकता.

मग तुम्हाला कधी काही कारणामुळे कपट करण्याची वेळ आली आणि तुमची वाईट वागण्याची इच्छा नसेल, तर अशा वेळी तुम्ही विश्वासवाणी उच्चारा, मला कपटमुक्त जीवन जगायचं आहे, असं निसर्गाला ठामपणे सांगा. 'हे माझ्या आयुष्यातलं शेवटचं कपट आहे, यानंतर माझ्याकडून असं वाईट वागलं जाणार नाही.' जर तुम्ही

एखाद्या व्यसनाच्या विळख्यात अडकलेले असाल तर त्यावरही या विश्वासाच्या शक्तीच्या साहाय्यानं मात करू शकता.

हे काम थोडं कठीण वाटू शकतं, विश्वासानं उच्चारलेलं कृतीत उतरवायला अवघड जाऊ शकतं. आपल्यातल्या जुन्या वाईट प्रवृत्तीनं, सवयीनं, व्यसनानं पुन्हा डोकं वर काढलं तर? आपलं विश्वासवचन मोडलं तर? असा प्रश्नही पडू शकतो. अशा वेळी आपल्या सवयी, व्यसनं, वृत्तीच्या दुष्परिणामांवर गांभीर्यानं विचार करा. त्यावर मनन करा. आपल्या आयुष्याचं ध्येय नक्की काय आहे, हे नेहमी लक्षात असू द्या. या भूतलावर येण्याचा उद्देश पूर्ण करण्यासाठी जर तुम्हाला वास्तवात आपल्या वाईट प्रवृत्तीपासून सुटका हवी असेल, तर स्वत:वर, ईश्वरावर, आपल्या आदर्शांवर आणि आपल्या गुरूवर विश्वास ठेवा. मग तुम्हाला वाईट गोष्टींपासून मुक्त होण्यासाठी कुणीही रोखू शकत नाही- तुम्हाला चांगल्या गोष्टींबद्दल शंका घ्यायला लावणारं, इतकंच काय पण कधी कधी अविश्वास व्यक्त करणारं मनही नाही.

हे ऐकल्यानंतर एखाद्या रुग्णाला वाटू शकतं, की 'हे माझं शेवटचं दुखणं कसं असू शकतं, मी बरा कुठे होतोय, माझ्या शरीरात अनेक ठिकाणी वेदना जाणवताहेत, वातावरणातल्या बदलामुळे माझं आजारपण आणखी वाढतंच आहे.' पण तरीही चांगल्या परिणामांसाठी तुम्हाला विश्वास ठेवून सकारात्मकतेचा पुनरुच्चार करावा लागेल. डॉक्टरांशिवाय स्वत:ला आणि इतरांनाही हे सांगावं लागेल, की मी ठीक होतो आहे. असं म्हणणं खोटं आहे, हे तुम्हाला वाटू शकतं. मात्र आपण बोलतोय ते वास्तवात घडतंय, की नाही हे पाहण्यासाठी, एकदा प्रयोग करून पाहा. अन्यथा तुमचं मन शंका घेत राहील, केवळ विश्वासवाणीचा वारंवार उच्चार केल्यानं खोटं खऱ्यामध्ये कसं परावर्तित होऊ शकतं? तेव्हा मन तुमच्या मार्गात अडथळे निर्माण करतंय, खऱ्याखोट्याचे खेळ खेळतंय, हे लक्षात घ्या. तुमचं मन दिवसभर खोटं, असत्य बोलत असताना सत्य-असत्याचा विचार करत नाही. मात्र जेव्हा अडचणी, समस्यांपासून मुक्ती करून घेण्याची वेळ येते, तेव्हा मन खऱ्याखोट्याचा विचार करून तुमच्या मनात संभ्रम नर्माण करतं.

अशा वेळी मनावर अविश्वास दाखवा, ईश्वरीय वाणीवर विश्वास ठेवा तरच तुम्ही याचा चमत्कार तुमच्या आयुष्यात अनुभवू शकाल.

पाचवा विश्वासनियम

विश्वासघात भ्रम आहे; विश्वास हेच योग्य कर्म आहे

जो प्रश्न सोडवायची तुमची इच्छा आहे, त्याचं निरसन करण्याचे काम निसर्गाने तुमच्या आधीच सुरू केले आहे.
म्हणून चिंता करण्याऐवजी निसर्गाचे आभार माना.

विश्वासघात भ्रम आहे,
विश्वास हेच योग्य कर्म आहे

एके दिवशी एक माणूस घनदाट जंगलात शिकार करताकरता वाट चुकला. मात्र त्याला ते समजेपर्यंत खूप उशीर झाला होता. अंधार गडद व्हायला लागला होता आणि हिंस्र पशूंचे आवाज ऐकू यायला लागले होते. आता तो खूप घाबरला. त्याच्या हृदयाची धडधड वाढली. त्याचे पाय लटपटायला लागले. तेव्हा त्याला भास झाला, की नक्कीच कोणीतरी त्याच्या पाठीमागे आहे. मागे वळून पाहतो तर काय, साक्षात काही अंतरावर स्वतः वनराज उभा होता! जीव वाचवण्यासाठी तो जोरात पळत एका झाडावर चढला आणि थोड्या वेळासाठी का होईना, त्याने सुटकेचा निःश्वास टाकला. तेवढ्यात त्याने आपण पकडलेल्या फांदीकडे पाहिले. प्रत्यक्षात ती फांदी नव्हती, तर तो त्या झाडावर बसलेल्या अस्वलाचा पाय होता.

होय! तो माणूस ज्या झाडावर चढला होता, त्यावर आधीच एक अस्वल बसलेलं होते. आता तर भीतीने त्या माणसाचे हातपाय थरथर कापू लागले. खाली भुकेला सिंह आणि वरती अस्वल... इकडे आड तिकडे विहीर! आता करावं तर काय करावं! त्याला

काही सुचेना, त्याच्या डोळ्यांसमोर अंधारी आली. त्याला वाटले, 'आता मृत्यूच्या जबड्यातून मला कोणीही वाचवू शकत नाही. आता माझा मृत्यू निश्चित आहे'.

त्याचवेळी अस्वल त्याला म्हणाला, 'घाबरू नकोस, तू माझे पाय धरले आहेस. आता तू माझ्या आश्रयाखाली आहेस. भरवसा ठेव, तू इथे सुखरूप आहेस. मी तुला सिंहापासून नक्कीच वाचवीन.' अस्वलाचं असं बोलणं ऐकून माणसाच्या डोळ्यांतून कृतज्ञतेचे अश्रू वाहू लागले. अस्वल आणि माणसाचे बोलणे ऐकून खाली उभा असलेला सिंह रागाने म्हणाला, 'मी कुठेही जाणार नाही, इथेच थांबून तुझी वाट पाहीन. मीही बघतोच की तुम्ही दोघे किती वेळ धीर धरता.'

काही तास झाले, तरी तो सिंह त्याच झाडाखाली उभा होता. जसजशी रात्र वाढत गेली, तसतशी त्या माणसाला झोप येऊ लागली. अस्वलालाही हळूहळू झोप यायला लागली. खाली सिंह भुकेने व्याकूळ होत होता. तो अस्वलाला म्हणाला, 'शेवटी कधीपर्यंत तू या माणसाचे रक्षण करशील? तू त्याला वरून ढकलून दे. आपण दोघे मिळून त्याला अर्धा-अर्धा खाऊन टाकू.'

हे ऐकून तो माणूस आणखीच घाबरला. त्याला वाटले, अस्वल सिंहाचा प्रस्ताव मान्य करील. या कल्पनेने त्याच्या पोटात खळबळू लागले पण अस्वलाने सिंहाला ठामपणे उत्तर दिले, 'हा माणूस मला शरण आला आहे. माझ्यावर विश्वास ठेवून तो निश्चिंत बसला आहे. म्हणून मी त्याचा विश्वासघात करू शकत नाही.'

अस्वलाचे बोलणे ऐकून सिंह नाराज झाला. त्या माणसाने ही सुटकेचा निःश्वास टाकला. आता वाट पाहण्याशिवाय सिंहाजवळ अन्य काही उपाय शिल्लक नव्हता. थोड्या वेळाने अस्वल एका फांदीवर झोपले, पण तो माणूस भीतीमुळे झोपू शकत नव्हता. जेव्हा सिंहाने पाहिले, की अस्वल झोपले आहे, तेव्हा त्याने माणसाला आपल्या बोलण्यात गुंतवायला सुरुवात केली, 'हे बघ! मला फक्त माझं भोजन हवंय. जर तुला सुखरूप घरी पोहोचायचे असेल, तर तू फक्त अस्वलाला खाली ढकलून दे. त्याला खाऊन माझे पोट भरेल आणि मी इथून निघून जाईन. तुझा जीव वाचावा असे तुला वाटत नाही का?'

सिंहाचे बोलणे ऐकून, जिवंत राहण्याच्या आशेने त्या मनुष्याचा लोभ वाढला, स्वार्थाचा पगडा बसला. त्याच्या मनात अस्वलाबद्दल अविश्वास वाढू लागला. 'अस्वल मला सिंहापासून कसे आणि किती वेळ वाचवू शकेल माहिती नाही... हा सिंह परत जाईल की नाही... मी घरी परतू शकेन की नाही...? असे असंख्य प्रश्न निर्माण झाले. आता अस्वल झोपेत आहे. तेव्हा मी जर त्याला धक्का दिला तर त्याला

कळणारही नाही आणि मीही वाचेन. स्वतःला वाचवायचा आता हा एकच उपाय आहे' असा विचार करून माणसाने सिंहाचा प्रस्ताव मान्य केला आणि अस्वलाला खाली ढकलून दिले.

अस्वल गाढ झोपेत होते. पण पडतापडता त्याचा एक पंजा झाडाच्या फांदीत अडकला आणि ते खाली पडण्यापासून वाचले. त्याला कळले, की ज्या माणसाला त्याने वाचवले होते त्यानेच त्याचा विश्वासघात केला होता पण तरीही ते रात्रभर झाडावर शांत बसून राहिले. आता माणसाच्या मनात शंका-कुशंकांचं वादळ उठलं, 'आता माझं काही खरं नाही... अस्वल आता मला जिवंत मुळीच ठेवणार नाही... माझ्याकडून फार मोठी चूक झाली.'

सकाळी-सकाळी सिंहाला जवळच एक हरीण दिसले. भुकेल्या सिंहाने एक मोठी झेप टाकून हरिणाची शिकार केली आणि तो तिथून निघून गेला.

'कृपा करून मला क्षमा कर... मला याची खंत वाटते... मी विनाकारणच तुझ्यावर संशय घेतला आणि तुझा विश्वासघात केला... यासाठी तू जी शिक्षा करशील ती मला कबूल आहे...' अशा प्रकारे अस्वलाची क्षमा मागत माणूस हात जोडून गयावया करू लागला, 'मला आपल्या कृत्याचा पश्चात्ताप होतो आहे... मला याचं खूप वाईट वाटतंय... कृपया माझ्यावर दया कर.'

'मी तुला क्षमा करतो, तू बिनधास्त राहा.' अस्वलाच्या तोंडातून निघालेले शब्द माणसाला जखमेवरच्या मलमासारखे वाटले. अस्वलाने तर त्याला माफ केलं, पण त्याला अपराधी वाटू लागलं. मग त्याने अस्वलाला विनंती केली, 'कृपा करून मला या अपराधाच्या जाणिवेतून मुक्त होण्याचा उपाय सांग, नाहीतर मी स्वतःला आयुष्यभर क्षमा करू शकणार नाही.'

अस्वलाने माणसाला दिलासा दिला आणि दोन सल्ले दिले. पहिला- 'जर कोणी तुझा विश्वासघात केला तर सर्वांत आधी घडलेल्या या घटनेची आठवण कर. स्वतःला सांग, *जरी अमुक माणसाने माझा विश्वासघात केला आहे तरी मी विश्वास ठेवण्यासारखे योग्य कर्मच करीन. कारण विश्वास हीच माझी खरी ओळख आहे.*''

दुसरा सल्ला- 'जर कोणी तुझा विश्वासघात केला तर तू त्याला ही घटना नक्की सांग आणि त्याला सांग, जर कोणी त्याचा विश्वासघात केला तर त्यानेही विश्वासघात करणाऱ्याला ही कथा सांगावी. कारण आपल्या समाजात विश्वासघात एखाद्या रोगासारखा फैलावत चालला आहे, पण विश्वास तेव्हाच पसरेल जेव्हा लोक ही गोष्ट ऐकून अविश्वासातून मुक्त होतील.'

'तुझ्या सल्ल्यांसाठी मी खूप खूप आभारी आहे. मी ते नक्की लक्षात ठेवीन आणि गरज पडली तर तू सांगितल्याप्रमाणेच वागेन. आता मी अपराधाच्या जाणिवेतून पूर्णपणे मुक्त होऊन जात आहे.' तो माणूस आपल्या आयुष्यातला सर्वांत मोठा धडा शिकून तिथून परत गेला.

निसर्गावरच्या ठाम विश्वासाचाच हा परिणाम होता, की गाढ झोपेत धक्का मिळूनही अस्वल खाली पडले नाही. निसर्गाने त्याला झाडाच्या फांद्यामध्ये अडकवून वाचविले; हाच आहे सहज विश्वासाचा परिणाम! तुम्ही एक म्हण ऐकली असेल, 'देव तारी त्याला कोण मारी!' म्हणजे ज्याचा निसर्गावर ठाम विश्वास आहे, त्याच्या केसालाही कोणी धक्का लावू शकत नाही.

ही कथा केवळ, त्या माणसाला मिळालेला धडाच सांगत नाही, तर या कथेत सगळ्या मानवजातीसाठी एक गहन संदेश दडलेला आहे. ही गोष्ट आहे विश्वासघातावर विजय मिळविण्याची... ही गोष्ट आहे भरवसा ठेवून योग्य कर्म करण्याची...! लक्षात ठेवा, तुमचा विश्वास अभंग असला तर त्याचा घात होऊच शकत नाही. सांगा तर मग तुम्ही विश्वासघातावर विजय मिळवायला तयार आहात का? जर तुमचे उत्तर 'होय' असेल, तर पाचवा विश्वासनियम लक्षात ठेवा, 'विश्वासघात भ्रम आहे आणि विश्वास योग्य कर्म आहे.'

तुम्ही अनेकदा लोकांना असं म्हणताना पाहिले किंवा ऐकलं असेल, किंबहुना हे तुमच्या तोंडूनही कधी ना कधी निघाले असेन, 'अमुक माणसावर मी इतका विश्वास ठेवला... त्याला आपला मानला... पण त्याने माझ्या पाठीत खंजीर खुपसला... त्याने माझा विश्वासघात केला.' अशा वेळी या विश्वासनियमाचा उपयोग करा आणि हे समजा, की ज्याने जे केले तो त्याचा विश्वास होता पण तुम्ही त्याला दोष देऊन आपल्या विश्वासाचा घात होऊ देऊ नका.

खरंतर विश्वास जेव्हा कमजोर असतो, तेव्हा माणूस विशिष्ट लोक आणि परिस्थितीवर विश्वास ठेवत असतो पण जसा जसा त्याचा विश्वास वाढतो, तसा तो ईश्वरावर विश्वास ठेवण्यालाच महत्त्व देतो.

सर्व काही परमेश्वरच देतो आहे. लोक आणि घटना तर फक्त चॅनल्स (माध्यम) आहेत, अशी त्याची जाणीव वाढते. मात्र जेव्हा माणूस माध्यमालाच स्रोत समजतो, तेव्हा त्याला विश्वासघाताची जाणीव होत राहते. याचा परिणाम म्हणून तो त्या माध्यम ातूनच काही मिळविण्याची आशा बाळगतो. अशा वेळी जर त्याला माध्यमातून काही मिळाले नाही तर त्याचा विश्वास नाहीसा होतो.

उदाहरणार्थ, आधी मदत करीत असलेला कोणाचा भाऊ जर मदत करणे बंद करतो, तर तो माणूस म्हणतो, 'माझ्या भावाने मला धोका दिला.' किंवा एखाद्या वडिलांनी आपल्या संपत्तीचा भाग आपल्या मुलाला दिला नाही तर त्या मुलाला वडिलांबद्दल नाराजी वाटते, त्याचा वडिलांवरील विश्वास नष्ट होतो.

या उदाहरणावरून लक्षात घ्या, की जेव्हा आपण आपल्याजवळच्या माध्यम ांकडून अपेक्षा करतो, तेव्हा आपण अजाणतेपणी विश्वासघात आणि दुःखाच्या परिस्थितीला आमंत्रण देतो.

आपल्याला पाण्याची गरज असते तेव्हा आपण ते नळातून घेतो, पण नळाजवळ पाणी देण्याची क्षमता आहे का? नाही. नळ फक्त पाण्याच्या टाकीपासून पाणी पोहोचवण्यासाठीचे एक माध्यम आहे. आपल्या घरात ज्यांच्या माध्यमातून पाणी मिळते असे अनेक नळ असतात, पण ते सर्व पाण्याच्या टाकीला जोडलेले असतात. अशा वेळी मला फक्त एका विशिष्ट नळातूनच पाणी मिळावं, असा हट्ट जर करीत असाल, तर तुम्ही फार अल्पसंतुष्ट आहात, असा याचा अर्थ होतो.

तुम्ही जर थेट पाण्याच्या टाकीतूनच पाणी घेतले तर तुम्हाला जितकं हवंय त्यापेक्षा जास्त मिळेल. त्याचबरोबर तुम्ही एखाद्या विशिष्ट माध्यमाबद्दल अपेक्षा करणं सोडून द्याल. परिणामी ज्या माध्यमाद्वारे स्रोत तुमच्यापर्यंत एखादी गोष्ट पोहोचवू पाहतोय, अशी इतर अनेक माध्यमं उपलब्ध होतील. कारण साठ्यामध्ये सर्व काही मुबलक प्रमाणात आहे. तेव्हा माध्यमांऐवजी स्रोताकडूनच अपेक्षा करायला हवी.

याचा अर्थ, आपण कधीच कोणावर भरवसा करायचा नाही, असा होतो का? नाही! फक्त लोकांवर भरवसा करण्यापेक्षा, ज्या अदृश्य शक्तीमुळे जगातल्या सर्व क्रिया आपसूकच चालू असतात, तिच्यावर विश्वास ठेवणे जास्त महत्त्वाचे आहे.

अस्वलाच्या गोष्टीबद्दल विचार करा, अस्वलाने शिकाऱ्यावर विश्वास ठेवण्यापेक्षा निसर्गावर जास्त भरवसा ठेवला. शिकाऱ्याने जरी त्याला धोका दिला तरी निसर्गाने त्याचे रक्षण केले. या घटनेनंतरही अस्वलाने शिकाऱ्याबद्दल कुठलीही शंका व्यक्त केली नाही, उलट तो विश्वासार्ह वागला.

विश्वास ही जगातील सर्वोच्च शक्ती आहे, जिचा नाश कधी ही होऊ शकत नाही. म्हणून 'विश्वासघात' ही संज्ञा मुळातच एक भ्रम आहे. समजा, एखाद्या खोलीत प्रकाशाची उणीव असेल तर तुम्ही म्हणता, 'इथे अंधार आहे' पण अंधार नावाची कुठली गोष्ट अस्तित्वातच नाही. प्रकाशाची उणीव म्हणजे अंधार. तसेच 'विश्वासघात'

ही निराळी, अस्तित्वात असलेली गोष्ट नाही. जिथे विश्वासाची उणीव आहे, तो म्हणजे विश्वासघात.

जिला लोक सामान्यतः 'विश्वासघात' म्हणतात, अशी घटना जर तुमच्या बाबतीत घडली, तर स्वतःला आठवण करून द्या, 'मी समोरच्या माणसाची वागणूक पाहून स्वतःचा विश्वासघात कधीही करणार नाही. कारण मला स्वतःवर विश्वास आहे... निसर्गावर विश्वास आहे... निसर्गाच्या नियमावर विश्वास आहे... ईश्वरावर (गुरूवर) विश्वास आहे... माझा विश्वासावर विश्वास आहे.'

माणसाचे विचार खूप संकुचित असतात. तो निसर्गाच्या लीला समजूच शकत नाही. गोष्टीत तुम्ही पाहिले, की सकाळ झाल्याबरोबर सिंहाला हरिणाच्या रूपात आपले अन्न मिळाले. परंतु मधल्या वेळात माणसाने सिंहाच्या बोलण्याला भुलून चुकीचे पाऊल उचलले. विश्वास दृढ नसल्यामुळे तो आपल्या भीती व संशयावर विजय मिळवू शकला नाही. अज्ञान आणि बेहोशी माणसाकडून अविश्वास वाढवणारी कर्मं करवून घेतात. म्हणून तुम्ही तुमच्या जीवनात पक्के ठरवा, 'मी यापुढे विश्वासघाताला नाही, तर ठाम विश्वासाला प्राधान्य देईन, कारण मी आता विश्वासाची ताकद ओळखली आहे.'

अशा प्रकारे विश्वासाचे धन सांभाळून ठेवा आणि विश्वासघातावर विजय मिळविण्यासाठी विश्वासार्ह काम करा. त्याचबरोबर आपल्या आयुष्याच्या गाडीला नेहमी निसर्गाच्या रुळांवरून विश्वासाच्या दिशेलाच न्या. विरुद्ध दिशेनं गेलात, तर तुमचे लक्ष्य दूर जाऊ लागेल.

आपल्या गाडीला योग्य दिशेत ठेवण्यासाठी स्वतःलाच विचारा-

* 'माझा विश्वास आधी किती होता, आज किती आहे आणि भविष्यात किती असू शकेल?'
* कोणत्या घटनांमुळे माझा विश्वास कमी होत जातो? अशा वेळी विश्वासाचा धागा मी कसा धरून ठेवू शकेन?
* माझा विश्वास अशा उंचीवर कसा पोहोचेल- जिथे अविश्वासाचा फणा उभारलाच जाणार नाही?

अशा प्रकारच्या प्रश्नांवर मनन करूनच आपल्याला आपल्या विश्वासाच्या सखोलतेचा अंदाज येईल आणि तो विश्वास अधिक प्रगाढ करण्यासाठी योग्य पावलं उचलणे शक्य होईल.

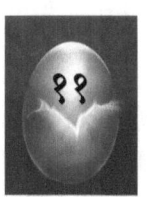

घटना विश्वासाचा आरसा आहेत

जीवनातल्या घटना विश्वासाची परीक्षा घ्यायला येतात. तुम्ही विश्वासघातावर मात करू शकला आहात की नाही, हे घटनांवरूनच माहीत होते... तुमच्याकडून विश्वासयोग्य वागणूक होतेय, की विश्वासाच्या विरुद्ध वागलं जातं आहे... तुमचा विश्वास अंतर्मनापर्यंत पोहोचला आहे, की वरवरचा आहे... विश्वास फक्त बोलाचाच आहे, की त्याच्यावर कार्यही झाले आहे.

एक गावकरी मुलगा दोरावर चालण्याच्या कलेत जेव्हा निष्णात झाला तेव्हा तो निरनिराळ्या ठिकाणी आपल्या कलेचे प्रदर्शन करू लागला. आव्हान वाढवण्यासाठी दोरी जास्त जास्त उंचीवर बांधू लागला. तो जेव्हा जेव्हा असे करत असे, तेव्हा प्रथम त्याच्या एका विश्वासू मित्राला विचारायचा, 'तुला काय वाटतं, मला यात यश मिळेल का?' मित्राचा त्याच्या कलेवर पूर्ण विश्वास होता. म्हणून मित्र नेहमी म्हणायचा, 'नक्की, यात काही शंकाच नाही, हा तर तुझ्या हातचा मळ आहे.' मित्राच्या विश्वासावर विश्वास ठेवून एक दिवस त्याने दोन डोंगरांच्यामध्ये दोर बांधून त्यावर चालण्याचा निर्णय

घेतला. मित्राने या वेळीही त्याला पुष्टी दिली आणि तो यशस्वी झाला.

पुढच्या वेळी मुलगा म्हणाला, 'माझा कार्यक्रम आणखी रोमांचक करण्यासाठी या वेळी, मी कोणाला तरी माझ्या खांद्यावर बसवून दोन डोंगरांमध्ये बांधलेल्या दोरावर चालून दाखवेन. तुला काय वाटतं, मला असं करायला जमेल का?'

मित्राने या वेळीही होकार देत म्हटले, 'हो, हो का नाही? तू हे नक्कीच करू शकतोस.' यावर मुलगा म्हणाला, 'ठीक आहे! मग उद्या सकाळी सरावासाठी ये. मी तुलाच खांद्यावर बसवून दोरावर चालेन.'

हे ऐकून मित्र घाबरला आणि चाचरत म्हणाला, 'कोण, मी?' मुलगा म्हणाला, 'हो, तूच; तुझा माझ्यावर जितका विश्वास आहे, तितका गावातल्या दुसऱ्या कोणाचाच नाही. म्हणून तूच माझ्या खांद्यावर बसू शकतोस.' हे ऐकून मित्राचा विश्वासच उडाला आणि तो रात्रीच गुपचूप गाव सोडून पळाला.

तसे पाहिले तर ही घटना म्हणजे, त्या मित्रासाठी, ज्यात त्याला त्याच्या आंतरिक विश्वासाची पारख करण्याची संधी मिळाली, असा आरसा होता पण जेव्हा त्याला खांद्यावर बसायला सांगितले गेले, तेव्हा त्याने पूर्णपणे पाठ फिरविली. कारण कुठेतरी त्याच्या विश्वासात त्रुटी होती. मित्राने जर त्याला पाडले तर? याची भीती वाटत होती. यावरून हेच स्पष्ट होतं, की त्या मित्राचा विश्वास वरवरचा होता आणि हे त्याच्या प्रतिक्रियेवरून स्पष्ट दिसून आले. उथळ विश्वास एखाद्या घटनेबरोबरच नष्ट होतो आणि दृढ विश्वास नेहमी ठाम राहतो, त्यानेच जीवनाला शोभा येते.

या उदाहरणात दाखविलेल्या मित्रासारखाच कितीतरी वेळा मनुष्य घटना घडताना वरवर तर सकारात्मक बोलतो, 'हो, माझा अमक्यातमक्यावर भरवसा आहे, सर्वकाही चांगलेच होईल,' पण त्याच्या मनात सूक्ष्म रूपांत नकारात्मक विचार येत राहतात. कुठेतरी भीतीचा उदय होऊ लागतो आणि या सर्व गोष्टी त्याच्या भरवशातला कच्चेपणा दर्शवतात. परिणामी त्याच्या जीवनात नकारात्मक गोष्टी घडत राहतात आणि मग त्याचा विश्वास क्षीण व्हायला लागतो.

अशा वेळी जर तो नकारात्मक घटनांचा आरसा बनला असता, तर त्याने मनन केलं असतं, 'माझा विश्वास कुठे कमी पडला? नकारात्मक विचारांचा पगडा कसा बसू लागला?'

खरं म्हणजे ईश्वराला माणसाची प्रत्येक इच्छा पूर्ण करायची असते, त्याला प्रत्येक गोष्ट द्यायची असते, मग ते प्रेम असो, धन असो किंवा यश असो. पण हे सर्व

अदृश्य स्वरूपात घडत असल्यामुळे माणसाला ते समजत नाही, म्हणून त्याच्याकडून वश्वासयोग्य काम होत नाही.

उदाहरणार्थ, तुम्हाला एखादा बल्ब लावायचा असेल, तर तुम्ही त्या दिव्याशी संलग्न बटन दाबता आणि बल्ब लगेच चालू होतो. याचा अर्थ असा, की बल्ब आणि बटन यांचा पहिल्यापासूनच एकमेकांशी संपर्क असतो. बटन जेव्हा बंद होते, तेव्हा विद्युतसंपर्क तुटतो. बटन दाबताच विद्युतसंपर्क सुरू होतो आणि बल्ब प्रकाशित होतो.

याचप्रमाणे जेव्हा तुमच्या विश्वासाची तार निसर्गाशी (ईश्वराशी) जुळते, दोन्ही बाजूंनी विश्वासाचे सर्किट पूर्ण होते, तेव्हा घडतो 'विश्वासाचा चमत्कार'! मात्र माणसाच्या विश्वासाचा थोडा जरी संपर्क सैल (लूज कनेक्शन, शंका) असेल तर सर्किट अपुरे राहते. म्हणून जेव्हा तुम्हाला तुमच्या आयुष्यात काहीच घडत नाही... असे वाटेल, कोणतेही परिणाम दिसत नाहीत, तेव्हा घटनेचा आरसा करून तुमचा विश्वास पडताळून पाहा, 'कुठे माझाच विश्वास तर डळमळीत होत नाही ना?'

एका स्त्रीने बायबलमध्ये विश्वासाच्या ताकदीबद्दल वाचले, 'विश्वासाने डोंगरसुद्धा हलविता येतात.' तेव्हा तिला नवल वाटलं आणि तिने या गोष्टीची परीक्षा घ्यायची ठरवलं. तिच्या घराच्या पाठीमागेच डोंगर होते. तिने रात्री झोपण्यापूर्वी प्रार्थना केली, 'उद्या सकाळी मी जागी होण्याआधी हे डोंगर इथून हललेले असतील' पण जेव्हा तिने सकाळी उठून, तिच्या प्रार्थनेचा काही परिणाम झाला आहे की नाही, हे पाहिलं, तेव्हा ती निराश झाली, कारण डोंगर तर जागेवरच होते. तेव्हा तिने लगेच प्रतिक्रिया दिली, 'मला वाटलंच होतं असंच होईल म्हणून; डोंगरच्या डोंगर हलतील असं कसं होईल बरं?'

हा असा कसा विश्वास होता! फक्त केवळ बोलण्यासाठीच बोलले जात होते. त्यात दृढता अजिबात नव्हती.

त्या स्त्रीप्रमाणेच तुमच्या विश्वासात एक टक्का जरी शंका असेल, तरी त्याचा परिणाम तुम्हाला पाहिजे तसा येणार नाही. म्हणून घटनांद्वारे खोल विचार करून स्वतःच्या विश्वासाला पारखा आणि तो वाढविण्यासाठी योग्य ते काम करा.

नकारात्मक घटनांमध्ये तुमचे मन अविश्वासालाच चिकटून राहण्याचा हट्ट करेल आणि 'माझ्या बाबतीत इतके वाईट घडले आहे तर मी आपला विश्वास कसा बदलू? माझ्याबद्दल पुढे चांगलेच घडेल असा मला विश्वास कसा वाटेल?' असे कारण सांगेल, अशीही शक्यता आहे. अशा वेळी हीच तुमच्या विश्वासाची परीक्षा आहे, असं समजा.

आता तुम्हाला जाणीवपूर्वक ईश्वरावर विश्वास ठेवून पुढचं पाऊल टाकायचं आहे.

एक आजारी माणूस आपला इलाज व्हावा म्हणून डॉक्टरांकडे गेला. डॉक्टरांनी त्याला सांगितले, 'तुमचा आजार एका इंजेक्शनने बरा होऊन जाईल.' हे ऐकून तो माणूस घाबरला. कारण त्याला इंजेक्शनची खूप भीती वाटत होती. तो डॉक्टरांना म्हणाला, 'मला पूर्ण बरं व्हायचं आहे, पण इंजेक्शन घेऊन नाही. मला इंजेक्शनशिवायच बरं व्हायचं आहे.' डॉक्टरांनी त्याला समजाविण्याचा खूप प्रयत्न केला, 'हा आजार एका इंजेक्शनने बरा होऊ शकतो म्हणून तुम्हाला ते घ्यायची हिंमत दाखवायला हवी,' पण तरी त्या माणसाने ते मान्य केले नाही.

अगदी अशीच अवस्था संशयामध्ये गुरफटलेल्या माणसांची असते आणि ती विश्वासरूपी इंजेक्शन घ्यायला घाबरत असतात. त्यांना वाटतं, की त्यांच्या विश्वासात बदल न घडताच घटना बदलायला हव्यात, पण असं घडत नाही. जर तुम्हाला आयुष्यात यश, चांगली नाती आणि समृद्ध जीवन असावं अशी इच्छा असेल, तर विश्वासावर काम करावेच लागेल.

काही विद्यार्थी गुण कमी मिळाले किंवा नापास झाले म्हणून आत्महत्या (शरीरहत्या) करायला मागे पुढे पाहत नाही. व्यवसायातील अपयश, नात्यांमधली भांडणे, एकटेपणा, अशा अनेक गोष्टींमुळे लोक स्वतःला अयशस्वी समजतात आणि चुकीचा निर्णय घेतात. त्यांना वाटतं, की शरीर नष्ट करून त्यांचे सगळे प्रश्न सुटतील. खरंतर, त्यांच्या विश्वासात वाढ करून परत यशाच्या मार्गावर चालण्यासाठी ही घटना त्यांच्यासाठी आरसा बनू शकली असती, मात्र असा विचार ते कधी करत नाहीत.

लक्षात ठेवा, आयुष्यात घटना येत-जात राहतात, पण मागच्या वर्षी दुष्काळ पडूनही, परत चांगला पाऊस पडण्याच्या आशेने शेतकरी जसा दर वर्षी पेरणी करतो, तसंच तुम्हीही वाईट घटनांना आरसा बनवून, आपल्या विचारांवर काम करून, सकारात्मक विश्वास ठेवण्याचे योग्य काम सतत करीत राहायला हवं.

नेहमी जागरूक राहून, मनात तयार होणाऱ्या चुकीच्या विश्वासाला छाटून स्वतःला सांगायला हवं, 'माझा ईश्वरावर पूर्ण विश्वास आहे, त्यानेच सर्वांना स्वतःचे भवितव्य बदलण्याची ताकद/शक्ती दिलेली आहे.' असे म्हणताच तुम्ही विश्वासाने परिपूर्ण व्हाल आणि भविष्यात यश मिळण्याची शक्यता वृद्धिंगत होईल.

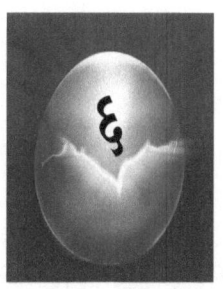

सहावा विश्वासनियम

शंभर टक्के विश्वास आणि
आंतरिक रूपांतरण एकाच वेळी घडत असतं

कुंडलीत काय लिहिलंय, हे बाळाच्या जन्माच्या वेळेवर अवलंबून असतं, पण तुमचं आयुष्य कसं असावं,
हे तुमच्या विचारांवर आणि विश्वासावर अवलंबून असतं.
म्हणून कुंडलीपेक्षा आपल्या विश्वासावर जास्त भरवसा ठेवा.

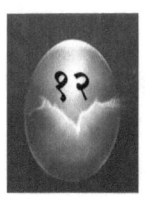

शंभर टक्के विश्वास आणि आंतरिक रूपांतरण एकाच वेळी घडत असतं

'आजपर्यंत माझ्या आयुष्यात वाईट प्रवृत्तीचीच माणसं आली आहेत, त्यामुळे मी जर केवळ माझा विश्वास बदलला तर लोकही बदलतील, यावर मी विश्वास कसा ठेवू?' एखादा निराश, हताश आणि उदास माणूस जेव्हा पूर्ण नकारात्मक विश्वासानं असं वाक्य उच्चारतो, त्या वेळी हेच जीवनाचं सत्य, वास्तव आहे, असं वाटतं.

मात्र जीवनाचं वास्तव अगदी वेगळंच आहे. कारण प्रत्येक माणसाच्या आत विश्वास हा असतोच. केवळ तो सकारात्मक आहे की नकारात्मक, ही गोष्ट महत्त्वाची आहे. कारण जसा माणसाचा विश्वास असतो तसंच त्याचं आयुष्य घडत जातं.

एखाद्याच्या आयुष्यात जर वाईट प्रवृत्तीची माणसं असतील तर हे त्या माणसाच्या नकारात्मक विचारांचं फळ असतं. विश्वासामुळे माणूस केवळ सकारात्मकताच नाही तर नकारात्मकतेलाही आपल्याकडे आकर्षित करत असतो.

मात्र आपली नकारात्मकता बदलून माणूस, 'या जगात चांगली माणसंही आहेत' असं जेव्हा म्हणायला लागेल, तेव्हा त्याच्याही आयुष्यात चांगली माणसं येतील. जसजसा त्याचा विश्वास वाढत जाईल, त्या वेळी तो, 'माझ्या आयुष्यात भरपूर चांगली माणसं आहेत' असं म्हणू लागेल. मग जेव्हा त्याचा हा विश्वास अत्युच्च उंचीवर पोहोचेल, तेव्हा त्याच्या जीवनात परिवर्तन होईल आणि तो म्हणेल, 'जगात वाईट प्रवृत्तीची माणसंच नाहीयेत. प्रत्येक व्यक्ती चांगलीच आहे. कारण प्रत्येक मनुष्य ही ईश्वराचीच निर्मिती आहे.'

रूपांतरण म्हणजे अशी अवस्था जेव्हा माणसाची आंतरिक अवस्था पूर्णपणे बदलून जाते आणि त्याच्या आयुष्यात अविश्वासाला काहीच स्थान उरत नाही. उदाहरणार्थ, एखादा मनुष्य शिडीवरून टेरेसच्या दिशेने वर जात असेल तर तो एक एक पाऊल टाकत शिडीवरून चढत असतो. मग तो शिडीच्या दहाव्या पायरीवर असो अथवा शिडीच्या शेवटच्या पायरीवर, खरंतर तो शिडीवरच असतो. तो जेव्हा शिडीवरून टेरेसवर पोहोचतो, तेव्हा जे होते ते असते रूपांतरण! तेथे त्याला शिडीची आवश्यकता नसते. त्यावेळी तो टेरेसवरच्या खुल्या अवकाशाचा आनंद घेत असतो.

या उदाहरणाप्रमाणेच मनुष्य जेव्हा विश्वासाच्या शिडीवर एक एक पाऊल पुढं टाकत जातो, तेव्हा त्याचे परिणाम तो स्वतःच्या आयुष्यात अनुभवू शकतो. या अनुभवामुळे त्याचा विश्वास वाढत जातो. अंतिमतः एक वेळ अशी येते, की त्याचा विश्वास शिखरावर पोहोचतो. अशा शिखरावर पोहोचल्यानंतर त्याच्या जीवनात परिवर्तन होतं आणि हाच आहे सहावा विश्वासनियम! 'शंभर टक्के विश्वास आणि रूपांतरण एकत्रच घडतं.' चला, याबद्दल अधिक समजून घेऊ या.

समजा, पाणी गरम करायला ठेवलं तर त्याचं तापमान हळूहळू वाढतं. ९९ अंश सेल्सिअस तापमानापर्यंत आल्यानंतर पाणी उकळायला लागतं. मात्र जेव्हा तापमान १०० अंश सेल्सिअस होतं, तेव्हा त्या पाण्याची वाफ व्हायला सुरुवात होते. या प्रक्रियेत तापमान १०० अंशापर्यंत पोहोचणं आणि पाण्याची वाफ होणं या दोन्ही क्रिया एकत्रच घडतात.

विश्वास आणि रूपांतरण हेदेखील असंच आहे. १०० टक्के विश्वास आणि रूपांतरण एकत्रच घडतं. वाफ तयार होण्यासाठी जसं ९९ अंश सेल्सिअसही काम करत नाही, तसंच विश्वास अगदी एक टक्का जरी कमकुवत असेल तरी पूर्ण सकारात्मक परिणाम मिळणार नाहीत, रूपांतरण घडणार नाही. याचाच अर्थ, ९९ टक्क्यांपर्यंतचा

विश्वास व्यर्थ नक्कीच नव्हता, पण तो रूपांतरणाच्या अवस्थेपर्यंत पोहोचण्यासाठी काही अंशी नक्कीच कमी होतो.

आणखी काही उदाहरणांच्या माध्यमातून आपण हा नियम समजून घेऊ या.

१) येशू ख्रिस्तांनी घडवलेल्या अनेक चमत्कारांतून या नियमाची प्रचिती येते. एकदा ते एका अपंग व्यक्तीला भेटले. ती व्यक्ती गेली अनेक वर्षे अंथरुणावरच होती. त्या व्यक्तीनं प्रभू येशूच्या चमत्कारांबद्दल ऐकलेलं होतं. त्याचा प्रभू येशूवर पूर्ण विश्वास होता. त्यामुळेच त्याला भेटल्यानंतर जेव्हा प्रभू येशू म्हणाले, 'तू उभा राहू शकतोस...उभा राहा', तेव्हा ती व्यक्ती लगेच उठून उभी राहिली. हे रूपांतरण कसं झालं? जीझसवर असलेल्या १०० टक्के विश्वासामुळेच त्या अपंग व्यक्तीच्या मनात क्षणभरही शंका आली नाही आणि ती लगेच उठून उभी राहिली.

२) एका मनुष्याला उंच डोंगरावरच्या मंदिरावर जायचं होतं. मात्र आजारपणामुळे त्याचं शरीर अशक्त झालं होतं. त्यामुळे मंदिरात जाण्यासाठी तो असमर्थ होता. मात्र मंदिरातल्या देवावर त्याचा विश्वास होता, श्रद्धा होती. एकदा त्या देवांचं दर्शन घेतल्यानंतर मी पूर्णपणे बरा होईन, असा विश्वास त्याला वाटत होता. मंदिर ज्या डोंगरावर होतं, त्या डोंगराच्या पायथ्याशी असलेल्या गावात राहूनच मी नक्का बरा होईल. दहा वर्षे तो हा विचार करत राहिला. डोंगरावरच्या मंदिरात जाऊन आल्यावर त्या माणसाची अवस्था पाहून एक दिवस एका अनोळखी व्यक्तीला त्याची दया आली. त्या अनोळखी माणसानं आजारी व्यक्तीला आपल्या खांद्यावर बसवून डोंगरावरच्या मंदिरात नेलं. आश्चर्याची गोष्ट म्हणजे त्या मंदिरात गेल्यानंतर तो आजारी माणूस पूर्णपणे बरा झाला. अर्थात दहा वर्षे त्यानं दाखवलेल्या विश्वासाचं त्याला कुठलंही फळ मिळालं नसलं, तरी त्याच्या मनात कणकणाने जो विश्वास जमा होत होता, तो मंदिरात गेल्यानंतर १०० टक्के इतका झाला. परिणामी ती व्यक्ती बरी होण्याचं रूपांतरण घडून आलं.

जगात चमत्काराची अशी अनेक उदाहरणं आहेत, ज्यात केवळ १०० टक्के विश्वासाच्या आधारेच परिवर्तन घडून आलं. अशी उदाहरणं ऐकायला खोटी वाटत असली तरी मनातल्या विश्वासाची शक्ती सकारात्मक फळ देतेच.

तुम्ही जर तुमच्या आयुष्यात आरोग्य, समृद्धी आणि चांगल्या नातेसंबंधांचा चमत्कार पाहू इच्छित असाल, तर तुमचा विश्वास तुम्हाला १०० टक्के इतक्या पातळीपर्यंत न्यावा लागेल.

कधी कधी इच्छा असूनही काही अडचणींमुळे माणसं आपल्या विश्वासात वाढ करू शकत नाहीत. कारण इतरांचा सल्ला, दुसऱ्यांचे अनुभव यांवर त्यांचा विश्वास अवलंबून असतो. मात्र माणूस जसजसा विश्वासाच्या पायऱ्या चढत जातो, तसतसा तो या अडचणींवर मात करण्याचा प्रयत्न करू लागतो.

अशा अडचणींवर मात करण्यासाठीचं पहिलं पाऊल म्हणजे या अडचणींवर लक्ष केंद्रित करणं, त्या प्रकाशात आणणं. त्यांचं मनन करून अडचणींची निरर्थकता समजून घेणं, जेणेकरून त्या नष्ट होतील. या ठिकाणी तीन मुख्य अडचणींवर प्रकाश टाकण्यात आलाय...

१. शंका आणि अविश्वास

विश्वासाचा सर्वांत मोठा शत्रू म्हणजे शंका! जिथे शंका उपस्थित होते तिथे विश्वास नसतो आणि जिथे विश्वास नाही तिथे प्रेम, आदर, सद्भावनाही नसते. आपल्या आयुष्याला दिशा देण्यासाठी प्रथम यावर मनन करायला हवं, 'मी शंका घेणं कितपत बरोबर आहे? किती काळ मी शंका घ्यायला हवी? शंका घेण्यामुळे माझा विश्वास डळमळीत होतोय का? शंका घेऊन मला काय मिळतंय? आणि शंका घेणं बंद केलं तर माझं नुकसान होईल का?'

माणसाला विश्वासाच्या अभावात नाही तर विश्वासाच्या प्रभावात जीवन जगण्याची आवश्यकता आहे. निसर्गानंच अदृश्य रूपात आपला सांभाळ केलाय यावर विश्वास ठेवत शंकेखोर मनापासून सुटका करून घेता यायला हवी. मात्र माणसं संशय, शंका घेणं सोडत नाहीत. कारण त्यांना असं वाटतं, 'माझ्या शंका घेण्यामुळेच हे जग (माझा संसार) टिकून आहे. मी शंका घेणं थांबवलं तर सगळी गडबड होईल.' गमतीची बाब म्हणजे माणसाला कधीही स्वतःच्या विचार करण्याच्या पद्धतीवर शंका, संशय येत नाही.

जोवर माणसाचा विश्वास दृढ होत नाही तोवर तो शंका, संशय यावरच विश्वास ठेवत राहील. त्याचे हेच विचार नकारात्मकतेला खतपाणी घालत राहतील. अशा वेळी, 'अमुक एक व्यक्ती खरं बोलतेय' असं जरी कुणी सांगितलं, तरी तो सांगणाऱ्याकडेच संशयी नजरेनं बघेल. मात्र याउलट अमुक एक व्यक्ती खोटं बोलतेय असं जर कुणी त्याला सांगितलं तर तो कुठलीही पडताळणी न करता त्यावर विश्वास ठेवेल. शंकेखोर माणसाचा विश्वास किती कच्चा, कमकुवत आहे, हे याच गोष्टीचं निदर्शक आहे.

माणूस ज्या वेळी स्वतःच्याच शंकेखोर वृत्तीबद्दल प्रश्नचिन्ह उपस्थित करेल,

त्या वेळी विश्वासाच्या सहाव्या नियमानुसार रूपांतरणाच्या शक्यता त्याच्यासाठी खुल्या होतील.

२. भीती आणि काळजी

विश्वास पूर्णपणे निर्माण होण्यात दुसरी मोठी अडचण म्हणजे भीती आणि काळजी. 'शाळा, कॉलेज अथवा ऑफीसला जाताना बस मिळेल का? 'मी नसेन तर घरातल्यांचं कसं होणार?' अशा काळज्या माणसाला सतावत असतात. त्याचप्रमाणे छोट्याशा झुरळापासून ते लोक काय म्हणतील, इथपर्यंतची भीतीदेखील मनुष्य आपल्या मनात बाळगून असतो.

वास्तविक, विश्वासाच्या अभावामुळेच उत्तम आयुष्य जगण्याची आशा माणसं हरवून बसतात. 'कधी काही अशुभ घडलं तर', 'मला काही झालं तर' अशा प्रकारच्या चिंता आणि काळज्यांमुळे माणसं आपल्या आयुष्यात विश्वासाला संधी, स्थानच देत नाहीत. त्यामुळेच ते सुख, समृद्धी आणि आनंदापासून वंचित राहतात.

अशा वेळी त्यांना आयुष्याचं गणित समजावण्याची आवश्यकता आहे. काळजी + भीती = चिता. तुम्हाला जर चितेपासून वाचायचं असेल तर काळजी आणि भीतीला वजा (-) करा. आणि हे शक्य होतं केवळ विश्वासामुळेच. जेव्हा कधी तुम्हाला एखादी भीती ग्रासेल तेव्हा स्वत:ला सांगा,

'भीती असली तरी मी माझ्या विश्वासाच्या आधारे पुढे चालू शकतो.
मला माझ्या विश्वासावर पूर्ण विश्वास आहे.
त्यामुळे मला घाबरण्याची काहीच गरज नाही.
ज्या कारणासाठी मी घाबरतोय, त्याचा सामना करण्याची क्षमता आणि
शक्ती माझ्याजवळ आहे. आजवर मी बाळगलेल्या भीतीसाठी
ईश्वराची क्षमा मागतो. आता मी उत्साही, शांत आणि
आनंदी मनानं माझ्या विश्वासाच्या अनुसार कार्य करेन.'

३. आळस

एक तत्त्ववेत्ता म्हणतो, 'जे काम समंजस व्यक्ती तत्काळ करते, तेच मूर्ख व्यक्ती सगळ्यात शेवटी करते. दोन्ही व्यक्ती तेच काम करतात पण फरक केवळ वेळेचा असतो.'

अनेक लोक केवळ आळसामुळे आजचं काम उद्यावर ढकलून आजचा किमती

वेळ वाया घालवतात. त्यामुळेच त्यांना मनासारखं यश मिळत नाही. अशी माणसं निसर्ग आणि नशिबाला दोष देत राहतात. त्यांच्या जीवनात वारंवार अपयश का येतं? या संभ्रमात अशा लोकांचा स्वत:वरचा आणि निसर्गावरचा विश्वास नाहीसा होतो.

म्हणूनच, आळसामुळे स्वत:मधील विश्वास ठेवण्याची क्षमता गमावू नका. आळसामुळे कुठलंही काम अपूर्ण सोडण्याआधी स्वत:ला सांगा, 'मी थोडंसंच काम करेन पण आजच.' अर्थातच स्वत:चा विश्वास कायम राखण्यासाठी संबंधित कामाचा जितका भाग तुम्ही तत्काळ पूर्ण करू शकत असाल, तितका लगेच करून टाका. त्या वेळी कदाचित तुमचं मन म्हणेल, 'समजा, हे काम आज केलं नाही, उद्या केलं तरी चालण्यासारखं आहे,' मात्र अशा रीतीनं आळसाच्या आहारी न जाता सातत्यानं काम करत राहायला हवं, विश्वासाची ताकद ओळखायला हवी. थकण्याआधी थोडा आराम अवश्य करा परंतु आळस येण्याआधी कामाची सुरुवात करा.

जेव्हा केव्हा तुमचं मन शंका, अविश्वास, आळस इत्यादी विकारांमध्ये गुरफटल्यामुळे तुमचा विश्वास पणाला लागत असेल, तेव्हा स्वत:ला याची आठवण करून द्या, 'मला माझ्या आयुष्यात सकारात्मक रूपांतरण बघायचं आहे. शिवाय मला ठाम विश्वास आहे, की हे रूपांतरण नक्कीच घडू शकतं...'

विश्वासध्यान

एकदा समुद्रातील एका थेंबाच्या मनात विचार आला, 'मी तर इतका छोटा आहे, माझं तर काहीच महत्त्व नाही, माझ्यात तर कुठलाच गुण नाही, मग मी काय करू शकतो?' असे नकारात्मक विचार येताच तो थेंब दु:खी झाला. ही गोष्ट त्या थेंबानं त्या समुद्राला सांगितली. समुद्रानं त्या थेंबाला समजावण्याचा खूप प्रयत्न केला, 'तू माझाच एक भाग आहेस, माझाच अंश आहे. त्यामुळे माझ्यात जे जे गुण आहेत, ते तुझ्यातही उपलब्ध आहेत.' मात्र समुद्राच्या या सांगण्यावर त्या थेंबानं विश्वास ठेवला नाही. थेंब निराश झाला.

थेंबाला नैराश्यातून बाहेर काढून त्याचा विश्वास वाढवायला हवा, असं क्षणभर समुद्राला वाटून गेलं. मात्र त्यासाठी समुद्रानं जे काही थेंबाला सांगितलं होतं, त्याच्या पुराव्याची आवश्यकता होती. शेवटी समुद्रानं ठरवलं, 'थेंब हा आपलाच एक भाग आहे, याचा पुरावा देण्यासाठी थेंबाला परीक्षणासाठी पाठवायला हवं.' मग थेंबही या परीक्षणासाठी तयार झाला.

आता त्या थेंबाला परीक्षणासाठी प्रयोगशाळेत पाठवण्यात

आलं. चाचण्या केल्यानंतर लक्षात आलं, की त्या थेंबातही तेच गुण आणि तीच तत्त्वं आहेत, जी समुद्रात आहेत.

हे समजल्यानंतर थेंबाचा विश्वास वाढला आणि तो १०० टक्क्यांपर्यंत पोहोचला. स्वत:मधील कमतरता लक्षात आल्याने त्याने स्वत:वर ज्या मर्यादा घालून घेतल्या होत्या, त्या आता नष्ट झाल्या. आता तो थेंब स्वत:ला समुद्राचाच एक भाग समजू लागला आणि अशा प्रकारे थेंबाचं रूपांतरण समुद्रात झालं. या काल्पनिक गोष्टीत एक रहस्य दडलंय, जे तुम्हाला समजून घ्यायचं आहे.

या गोष्टीत, थेंब हे मनुष्याचं प्रतीक आहे आणि समुद्र म्हणजे निसर्गाचं, अर्थात ईश्वराचं! मनुष्यही स्वत:ला निसर्गापेक्षा वेगळा समजून मर्यादित, संकुचित जीवन जगतोय. स्वत:वर असलेल्या अविश्वासामुळे स्वत:ला कमजोर समजून दु:खी, कष्टी आणि निराश राहतो. वास्तविक ईश्वर मनुष्याला कमजोर समजत नाही. उलट मनुष्य ही आपली सर्वोत्तम कलाकृती आहे, असंच त्याला वाटत असतं. त्यामुळे माझ्यात जे सर्वोत्तम, सर्वोच्च गुण आहेत; ते मनुष्यामध्येही येऊ शकतात, असंच त्याला वाटतं. उदाहरणार्थ, प्रेम, मौन, आनंद, रचनात्मकता, साहस, करुणा, शांती, दया, क्षमाशीलता इत्यादी. जेव्हा हे सर्व गुण माणसामध्ये प्रकट होतील, तेव्हा त्याचं जीवन पूर्णत: बदलून जाईल. मात्र असं घडण्यासाठी माणसाला स्वत:मधील विश्वास १०० टक्क्यांपर्यत न्यावा लागेल.

यासाठी तुम्हाला खाली सांगितलेलं विश्वासध्यान, पूर्ण श्रद्धा आणि भक्तीनं करावं लागेल. हे विश्वासध्यान तुम्हाला प्रत्येक क्षेत्रात शक्ती आणि बळ देईल. हे तुम्ही तुमच्या मोबाईल अथवा लॅपटॉपमध्येही रेकॉर्ड करू शकता. जेणेकरून तुम्ही पूर्ण एकाग्रतेनं ध्यान करू शकाल आणि वाक्यं विसरण्याची शक्यताही राहणार नाही. उदाहरण म्हणून ध्यानामध्ये काही वाक्यं दिलेली आहेत. त्याशिवायही तुम्ही तुमची वाक्यं त्यामध्ये जोडू शकता.

ध्यानासाठी डोळे बंद करण्यापूर्वी खाली सांगितलेले मुद्दे त्यांच्या क्रमानुसार वाचून घ्या, समजून घ्या आणि मगच ध्यानाला बसा...

विश्वासध्यान

१. डोळे बंद करून ध्यानमुद्रेत बसा.

२. ध्यानाच्या सुरुवातीलाच स्वत:ला सांगा, मी विश्वासध्यान करत आहे. या ध्यानामुळे माझा विश्वास वाढणार असून अविश्वास संपुष्टात येणार आहे.

३. दोनदा-तीनदा दीर्घ श्वास घ्या आणि मग तो संथ गतीनं सोडा.

४. खाली दिलेल्या वाक्यांवर पूर्ण श्रद्धेनं मनन करा.

- मी ईश्वराचा अंश आहे, मी असीम आहे, यावर माझा पूर्ण विश्वास आहे.

- मी शुद्ध आहे, बुद्ध आहे, पवित्र आहे, यावर माझा पूर्ण विश्वास आहे.

- मी प्रेम, आनंद आणि शांतीने ओतप्रोत भरलोय, यावर माझा पूर्ण विश्वास आहे.

- मी नेहमी आनंदी राहू शकतो, आनंदमय होऊन जगू शकतो, यावर माझा पूर्ण विश्वास आहे.

- मी पूर्ण आहे आणि प्रत्येक काम पूर्ण व्यक्तीकडून योग्य वेळी पूर्ण होते, यावर माझा पूर्ण विश्वास आहे.

- अहंकाराचे समर्पण करण्यातच खरा आनंद आहे, यावर माझा पूर्ण विश्वास आहे.

- प्रत्येक संकट हेदेखील विकासाची पायरी असते, यावर माझा पूर्ण विश्वास आहे.

- माझ्या शरीरातील प्रत्येक पेशी योग्य पद्धतीने कार्यरत आहे, यावर माझा पूर्ण विश्वास आहे.

- मी निरोगी आहे आणि संपूर्ण आरोग्य हा माझा जन्मसिद्ध अधिकार आहे, यावर माझा पूर्ण विश्वास आहे.

- माझे सर्व नातेवाईक चांगले आणि प्रेमळ आहेत, यावर माझा पूर्ण विश्वास आहे.

- दिवसेंदिवस माझी योग्यता वाढत आहे, यावर माझा पूर्ण विश्वास आहे.

- मी निर्भय आहे आणि धाडसी आहे, यावर माझा पूर्ण विश्वास आहे.

- माझ्यात प्रेम, आनंद, समय, पैसा व आत्मविश्वास या सर्व गोष्टी भरपूर प्रमाणात आहे, यावर माझा पूर्ण विश्वास आहे.

- खरे सत्य नित्य स्मरणात ठेवण्यातच माझे कल्याण आहे, त्यातच माझा खरा आनंद सामावलेला आहे, यावर माझा पूर्ण विश्वास आहे.

- मी सतत मुक्त अवस्थेत राहू शकतो, यावर माझा पूर्ण विश्वास आहे.

- माझ्या जीवनात जे घडतंय, ते चांगल्यासाठीच आहे, यावर माझा पूर्ण विश्वास आहे.

५. काही क्षणांनंतर, स्वतःमध्ये परिपूर्णतेची अनुभूती घेतल्यानंतर विश्वासासह हलके-हलके डोळे उघडा.

उपरोक्त विश्वास विधाने जर आपण रेकॉर्ड केली असतील तर रिकाम्या वेळी किंवा प्रवास करताना ती ऐकू शकाल. या ध्यानात आपल्याला जे अचूक अनुभव, समज मिळाली, जो विश्वास प्रकट झाला आणि अविश्वास दूर झाला, जी प्रसन्नता आणि आंतरिक सामर्थ्य अनुभवायला मिळालं, त्यावर अवश्य मनन करा. हाच विश्वास इतरांच्याही मनात प्रकट व्हावा, यासाठी तुम्ही निमित्त बना.

विश्वासातून रूपांतरणाच्या या प्रवासात तुम्ही लवकरात लवकर अंतिम इच्छित स्थानी पोहोचाल, या शुभेच्छा!

सातवा विश्वासनियम

विश्वासाचा अंतिम विकास-तेजविश्वास

आपल्या अंतर्यामीचा विश्वास बदलला तर बाहेर आनंदाचा वर्षाव होताना दिसेल. कारण आपण स्वतःविषयी जे विचार करतो, त्याचा परिणाम बाह्य जगात लोकांशी व्यवहार करताना दिसू लागेल.

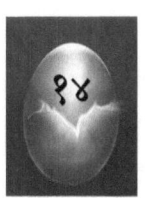

विश्वासाचा अंतिम विकास-तेजविश्वास

पिंजऱ्यातल्या पक्ष्यानं कितीही वेळा मोकळ्या, विशाल आकाशाकडे पाहिलं तरी तो आकाशात उंच भरारी घेण्याचं धाडस करत नाही. कारण त्या पक्ष्याला त्याच्या मर्यादा, सीमा जाणवत असतात. त्यामुळे त्याचा विश्वास कमकुवत बनतो.

अगदी असंच सामान्य माणसाच्या बाबतीतही घडतं. माणूस स्वत:च्या विचारांवरच इतक्या मर्यादा घालून घेतो, की त्याचा असीम विश्वास वास्तवात प्रकट होऊच शकत नाही. दिवसरात्र यश मिळवण्याचं स्वप्न तर माणूस बघतो, पण त्याचा स्वत:वर विश्वास नसतो. कारण त्यानं स्वत:ला एखाद्या पक्ष्याप्रमाणे पिंजऱ्यापुरतं मर्यादित समजलेलं असतं.

स्वत:मधील अविश्वासावर मात करून अंतर्यामीच्या विश्वासाचा विकास करण्यासाठी तुम्हाला विश्वासाचा सातवा नियम अभ्यासावा लागेल, त्याकडे अग्रेसर व्हावे लागेल. तो नियम आहे, विश्वासाचा अंतिम विकास- तेजविश्वास!

निसर्ग केवळ माणसाचाच नाही तर पृथ्वीवरच्या प्रत्येक जीवाचा विकास करत असतो. तुम्ही २० व्या आणि २१ व्या शतकाची तुलना केली, तर लक्षात येईल, की टेक्नॉलॉजीपासून ते विज्ञानाचे आविष्कार आणि यंत्रांपासून ते सर्व्हिस सेक्टरपर्यंतच्या सर्वच क्षेत्रातल्या विकासानं पुढचा टप्पा गाठला आहे.

तसं, तर 'विकास' हा शब्द सर्वांच्याच परिचयाचा आहे. अनेकजण तर स्वविकासाचा आराखडा बनवून त्यानुसार काम करून यशस्वीही होतात. विकासाचा संबंध भौतिक यश आणि त्यापासून मिळणारा आनंद याच्याशी निगडित आहे, परंतु तेजविकास हा विकास आणि पतन या दोन्हींपलीकडे आहे. याचा संबंध आध्यात्मिक यश आणि प्रत्येक परिस्थितीत समाधानी राहण्याशी जोडलेला आहे. खरंतर हीच सर्वोच्च अवस्था आहे. काही उदाहरणांच्या माध्यमातून आपण हे समजून घेऊ या.

'तेज' शब्दाचा अर्थ आहे दोहोंपलीकडे. जेव्हा एखाद्या शब्दासोबत 'तेज' हा शब्द जोडला जातो, तेव्हा तो शब्द दोन्हीपासून मुक्त तिसऱ्या अवस्थेकडे इशारा करतो. जसं सुख-दुःखाच्या पार तेज आनंद, जिथे कुठल्याही सुखाबद्दल आसक्ती नसते आणि कुठलंही दुःख हे दुःख भासत नाही... कोलाहल आणि शांतीपलीकडे असलेलं तेज मौन... ज्ञान आणि अज्ञानापलीकडे असलेलं तेजज्ञान...

त्याचप्रमाणे विकास आणि पतन या दोन्हीपलीकडे तेजविकासाची अवस्था आहे, जिथे माणसानं उच्चतम विकासाची पातळी गाठलेली असते. या अवस्थेत माणसाची अधोगती अथवा पतन होण्याची कुठलीच शक्यता शिल्लक नसते. जिथे मनुष्य अहंकार, भीती, हाव, द्वेष, वासना अशा सर्वच भावनांपासून मुक्त झालेला असतो.

माणूस जेव्हा भौतिक सुख-सुविधा, संपत्ती, प्रतिष्ठा, पद मिळवण्यासाठी प्रयत्न करत असतो, तेव्हा याला बाह्य विकास म्हणतात. तो प्राप्त करण्यासाठी त्याच्यात भरपूर आत्मविश्वास असतो. मात्र जेव्हा माणूस स्वतःच्या शोधासाठी आध्यात्मिक प्रवास सुरू करतो, तेव्हा तो तेजविकासाच्या दिशेने पुढे जात असतो. या प्रवासात त्याच्या आत्मविश्वासाचा विकास तेजविश्वासात परावर्तित होतो आणि जेव्हा त्याला स्वतःचा शोध, आत्मस्वरूपाचं आकलन होतं, तेव्हा विश्वासाची पूर्णता होते.

चला, माणसाच्या विश्वासाचा विकास कसा होतो, हे क्रमवार समजून घेऊ या.

विश्वासाची यात्रा

१. अविश्वास ते विश्वास

सुरुवातीला माणसाच्या मनात 'ज्याला जे मिळवायचं आहे ते त्याला मिळेल,

की नाही?' असा अविश्वास असतो. अनेकदा त्याचं मन अशा शंकांमध्ये गुरफटून जातं. ज्यामुळे त्याला सकारात्मक परिणाम दिसून येत नाहीत. मात्र जेव्हा तो काही गोष्टींवर विश्वास ठेवायला लागतो, तेव्हा त्याला त्याचे सकारात्मक परिणाम दिसू लागतात. मग असा अनुभव आल्यानंतर तो इतर गोष्टींबाबतही विश्वास ठेवायला सुरुवात करतो. परिणामी चांगले अनुभव आल्यानं त्याच्या विश्वासाचं रूपांतर दृढ विश्वासात होतं.

भौतिक गरजा पूर्ण करण्यासाठी विश्वास गरजेचा असतो. मात्र माणसाचा हा विश्वास परिणामांवर अवलंबून असतो. परिणामांच्या आशेने, काहीतरी मिळावं या हेतूनं तो विश्वास ठेवतो. त्याचा विश्वास अटी आणि पुराव्यांवर अवलंबून असतो. म्हणजेच जोपर्यंत काहीतरी मिळतंय किंवा चांगले परिणाम दिसताहेत तोवरच त्याचा विश्वास टिकून राहतो. जोपर्यंत त्याला स्वतःच्या इच्छा पूर्ण होताना दिसतात, तोवर तो विश्वास ठेवतो. मात्र त्याच्या अपेक्षा पूर्ण झाल्या नाही तर त्याचा विश्वास नाहीसा होतो.

२. विश्वास ते तेजविश्वास

विश्वास आणि अविश्वास या दोहोंपासून अगदी भिन्न आहे तो तेजविश्वास! विश्वासाच्या या अवस्थेत अपेक्षित परिणाम जरी मिळालं नाही तरी विश्वास कमी होत नाही. कारण कुठल्याही आशा-अपेक्षांवर हा विश्वास आधारलेला नसतो. जिथे कुठलाच तर्क नसतो, कुठलीच अट नसते, ती अवस्था म्हणजे तेजविश्वास! असा विश्वास ठेवण्यासाठी कुठल्याही कारणाची गरज नसते. तिथे असतो तो फक्त असीम विश्वास. अशा वेळी अदृश्याकडे वाटचाल करण्याचीही माणसाची तयारी असते. असा तेजविश्वास तेव्हाच निर्माण होतो जेव्हा माणूस सत्य जाणण्याचा प्रवास सुरू करतो.

३. तेजविश्वासातून विकासपूर्णता

सत्य ओळखण्यासाठीच्या अशा आध्यात्मिक यात्रेत माणूस जेव्हा सत्यज्ञानाची समज, आकलन प्राप्त करतो, त्यावर तेजविश्वास ठेवून पुढे चालतो, तेव्हा ते ज्ञान त्याच्या अनुभवाच्या पातळीवर उतरतं. स्वतःच्या अस्तित्वाची जाणीव त्याला होते आणि सरावानं हळूहळू तो सखोल ज्ञान मिळवू लागतो. मग एक अवस्था अशी येते, ज्या वेळी ब्रह्मांडाची सारी रहस्यं त्याच्यासमोर उलगडतात आणि त्याच आत्मस्वरूप अवस्थेत तो स्थिर होतो. या अवस्थेत मनुष्याच्या ठायी जो विश्वास असतो, त्यालाच विश्वासाची पूर्णता असंही म्हणता येऊ शकेल. अर्थात त्या अवस्थेत विश्वासाचं कार्य पूर्ण झालेलं असतं, अशी ही पूर्णत्वाची अवस्था असते. कारण या अवस्थेत सगळं

काही स्पष्ट दिसत असतं. या अवस्थेबद्दल आपण पुस्तकाच्या दुसऱ्या भागात सविस्तर समजून घेणारच आहोत.

सातव्या नियमामध्ये आपण विश्वासाच्या एक पाऊल पुढे जात, तेजविश्वासाच्या विविध पैलूंबद्दल जाणून घेऊ या.

तेजविश्वास म्हणजे विश्वासावर विश्वास

तेजविश्वास म्हणजे जिथं माणसाचा विश्वासावर विश्वास असतो. या अवस्थेत त्याची पक्की धारणा होते, की विश्वासाची शक्ती आयुष्याचं नियंत्रण, संचालन करत असते. इथे अविश्वासाची शक्यता पूर्णपणे नष्ट होते. मग माणसाच्या लक्षात येतं, विश्वासापर्यंत पोहोचण्यासाठी अविश्वासाचीही भूमिका महत्त्वपूर्ण आहे. विश्वास वृद्धिंगत करण्यासाठी अविश्वासाने शिडीचं काम केलं आहे.

सकारात्मक आणि नकारात्मक अशा दोन्ही पद्धतीनं विचार करणारी माणसं असतात. मात्र जेव्हा एखाद्याला नकारात्मकतेचीही एक बाजू आहे, हे लक्षात येतं. तेव्हा तो असतो खरा पॉझिटिव्ह थिंकर. नकारात्मकतेमुळेच माणसाला सकारात्मकतेचं महत्त्व कळतं. त्यामुळे तिथे नकारात्मकताही सकारात्मकतेचं काम करते.

अविश्वासामुळेच विश्वास वाढवण्याची संधी मिळाली. त्यामुळे अविश्वासाचंही महत्त्व आहेच, हे जेव्हा माणसाच्या लक्षात येतं, तेव्हा तो विश्वास आणि अविश्वासाच्या पलीकडे तेजविश्वासाच्या अवस्थेपर्यंत पोहोचतो.

तेजविश्वास आहे विनाअट विश्वास

जरतरच्या अटी, नियम आणि परिस्थितीवर आधारित असलेला हा विश्वास तेजविश्वास नसतो. अर्थात तेजविश्वासाकडे नेण्यासाठी विश्वास नक्कीच साहाय्यभूत ठरतो.

तेजविश्वासाच्या अवस्थेत माणूस पूर्ण समर्पण भावनेत असतो. ही अवस्था तेव्हाच प्राप्त होते, जेव्हा माणूस आध्यात्मिक ज्ञान मिळवण्याच्या वाटेवर मार्गक्रमण करतो. ही अवस्था आल्यानंतरच तो सत्यज्ञानाच्या अवस्थेत स्थापित होऊ शकतो. कारण सत्यज्ञान हे अतार्किक असतं. मनाचे कुठलेच तर्क तिथं उपयोगाचे नसतात. जेव्हा मन समर्पित होऊन कुठल्याही अटी-शर्तींच्या पुढे जातं, तेव्हाच ते सत्यज्ञानासाठी पात्र बनतं.

काही लोक स्वतःला खरा भक्त मानतात. म्हणून ते या भ्रमात राहतात, की माझा

ईश्वरावर पूर्ण विश्वास आहे. मात्र जेव्हा त्यांच्या इच्छा पूर्ण होत नाहीत किंवा त्यांच्या जीवनात अनेक समस्या निर्माण होतात, तेव्हा त्यांचा विश्वास डळमळीत होतो. मात्र या परिस्थितीत तेजविश्वास असणारा भक्त म्हणेल, 'माझ्या इच्छा पूर्ण न करण्यामागेही ईश्वराला माझं भलंच करायचं असेल. मला काहीतरी शिकवायचं असेल...'

एकदा का असा तेजविश्वास निर्माण झाला, की ईश्वरावर विश्वास ठेवण्यासाठी भक्ताला कुठल्याही कारणाची गरज भासत नाही. इच्छा, गरजा पूर्ण होवोत अथवा अपूर्ण राहोत, भक्ताला काहीच फरक पडत नाही. कारण त्याचा दृढविश्वास कुठल्याही परिणामांवर अवलंबून नसतो.

विश्वासाच्या या परिवर्तनात मनुष्य विश्वासाच्या मर्यादांबाहेर पडू शकतो. पहिल्या खंडात आपण विश्वासाचे चार कोन – विश्वास, भावना, कर्म आणि परिणाम समजून घेतले. या चार कोनांच्या फ्रेममध्ये, विश्वास भावनेला बदलतो, भावना कार्याला प्रेरित करते, कर्मामुळे परिणाम प्रकट होतात आणि त्या परिणामांमुळे असलेला विश्वास आणखी दृढ होतो, हे आपण जाणलं.

आपण हेही बघितलं, की काही लोकांना मिळालेले परिणामच त्यांचा विश्वास दृढ करतात. अशा लोकांसाठी विश्वासाची ताकद केवळ फळाच्या अपेक्षेवरच अवलंबून असते. चांगले परिणाम मिळाले तर अशा लोकांचा विश्वास वाढतो. अन्यथा तो कमी होतो. असा विश्वास 'अटीशर्ती लागू' या पद्धतीचा असतो.

मात्र जेव्हा तेजविश्वास असतो, तेव्हा मनुष्य विश्वासाच्या वर उल्लेखलेल्या चार कोनांच्या पलीकडे गेलेला असतो. अशा अवस्थेत कोनामधील भावना, कर्म आणि परिणाम हे तीन घटक तर शिल्लक राहतात, मात्र शेवटचा कोन परिणामावर अवलंबून विश्वास अस्तित्वातच राहत नाही, तो लुप्त होतो. या अवस्थेत मनासारखे फळ मिळो अथवा न मिळो, मनुष्याची भक्ती, समर्पण आणि विश्वास यात कुठेही कमतरता येत नाही. या विश्वासामुळेच तो ईश्वराला म्हणू शकतो, 'तुझी इच्छा तीच माझी...'

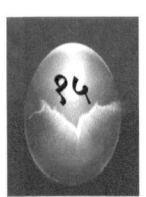

तर्क आणि दृश्य यांपलीकडे- तेजविश्वास

तेजविश्वास ही संकल्पना समजून घेण्यासाठी भौतिक आणि अदृश्य जगतातील काही पैलू समजून घेणं आवश्यक आहे. आपण ज्या जगात राहतो, त्याला भौतिक जग असं म्हणतो. मात्र या जगापलीकडे जे एक दुसरं जग आहे, त्याचे नियम अतार्किक आहेत.

हे दुसरं जग समजून घेण्यासाठी विश्वासाची महत्त्वपूर्ण भूमिका आहे. अर्थात असा विश्वास ठेवण्याची सुरुवात या भौतिक जगात राहूनच करावी लागते. सर्वप्रथम भौतिक जग आणि अदृश्य जग यांच्या नियमांमधलं अंतर समजून घेऊयात.

भौतिक जग पूर्वापार चालत आलेल्या तर्कावर आधारित असतं. याच्या अगदी उलट अदृश्य जगातल्या नियमांना कुठल्याच तर्काचा आधार नसतो. भौतिक जगातले नियम अदृश्य जगात उपयुक्त ठरत नाहीत. 'दिल्यानं कमी होतं आणि मिळाल्यानं वाढतं' किंवा 'जितकी अधिक संपत्ती तुम्ही मिळवाल तितके जास्त सुखी राहाल' हा भौतिक जगाचा तर्क आहे.

या तर्कावर विश्वास असल्यानं लोक, पैसा, ऐषआरामाच्या वस्तू, दागदागिने, जमीनजुमला इत्यादी साठवण्यात व्यग्र असतात. याउलट अदृश्य जगाचा नियम सांगतो, 'देत राहिल्यानं वाढतं. जितका दानधर्म तुम्ही करत राहाल, तितकं अधिक तुम्हाला मिळत राहील किंवा जितक्या गरजा-अपेक्षा कमी ठेवाल तितकं तुम्ही सुखी आणि संतुष्ट बनाल.'

लोकांना अदृश्य जगाचे नियम ठाऊक नसतात, त्यामुळे ते संभ्रमित आयुष्य जगतात, अधिकचा हव्यास धरतात. हे लोक कधीच समजून घेत नाहीत, की सगळं काही मिळवूनही आपण सुखी का नाही? अशांसाठी आवश्यक असतो तो तेजविश्वास! मात्र अंतिम विकासाचा, तेजविश्वासाचा मार्ग दाखवणारे गुरू भेटले अथवा ईश्वरावर तेजविश्वास असेल, तरच मनुष्य सत्य जाणू शकतो. अन्यथा नाही. कारण तेजविश्वास असेल तरच तर्काला न पटणाऱ्या गोष्टींवर माणूस विश्वास ठेवू शकतो. त्यावर मार्गक्रमण करू शकतो.

विश्वास ठेवण्याची सर्वोच्च पातळी काय असू शकते? हे सर्कशीतल्या खेळांकडे बघून तुम्हाला समजू शकेल. सर्कशीच्या खेळातला तो प्रकार तर तुम्हाला आठवतच असेल. जेथे खूप मोठ्या उंचीवर झोके बांधलेले असतात आणि दोन्ही बाजूंना काही कलाकार उभे असतात. त्या कलाकारांनी आळीपाळीनं त्या झोक्यांना धरून एका बाजूकडून दुसऱ्या बाजूकडे जायचं असतं. कलाकार जर तो झोका पकडू शकला नाही तर खूप मोठ्या उंचीवरून तो खाली पडू शकतो.

या खेळाला अधिक रोमांचक बनवण्यासाठी खाली आधारासाठी लावलेली जाळी नंतर काढून टाकली जाते. खेळातला विदूषक तो झोका धरून एका बाजूने दुसऱ्या बाजूला जातो. पण जाता जाता त्याच्या हातातून झोका सुटतो आणि दुसरा कलाकार त्याला पडता पडता वाचवतो. हे दृश्य पाहून प्रेक्षक अचंबित होतात. कारण दुसरा कलाकार आपला हात धरून आपल्याला नक्की वाचवेल हा त्या विदूषकाचा तेजविश्वास असतो.

भक्ती जेव्हा सर्वोच्च शिखरावर पोहोचते, तेव्हा विश्वास इतका दृढ होतो, की तिथे समर्पण भाव निर्माण होऊन विश्वास विनाअट बनतो. अर्थात हे विश्वासाच्या पहिल्या पायरीवरच घडत नाही. त्यासाठी तशी अवस्था यावी लागते आणि एकदा असा तेजविश्वास तयार झाला, की मग त्याला कुठल्याही साक्षी-पुराव्याची गरज उरत नाही.

तेजविश्वासात तर्क नसतो

माणसात विश्वास तयार व्हायला दोन कारणं असतात, एक म्हणजे तर्क आणि दुसरा म्हणजे परिणाम. जेव्हा तुम्ही स्वत:ला विचाराल, अमुक एका व्यक्तीवर तुझा विश्वास का आहे, त्या मागे कोणता तर्क, काय कारण आहे, तेव्हा तुमच्या लक्षात येईल, या विश्वास ठेवण्यामागे तुमचा स्वत:चा असा काहीतरी निश्चित तर्क असतो, कारण असतं.

एखाद्या मित्रावर तुमचा विश्वास असतो, कारण त्याने दिलेला सल्ला नेहमी तुमच्या उपयोगी पडतो आणि तो मित्र तुमच्याशी कधीच खोटं बोलत नाही. अथवा एखादी व्यक्ती आपली प्रशंसा करते, आपल्याला भेटवस्तू देते म्हणून तिच्यावर आपला विश्वास असतो. याचाच अर्थ, या विश्वासामागे काहीतरी कारण आहे, तर्क आहे. म्हणून तो आता आहे. कदाचित उद्या नसेलही... एखाद्या वेळी तो मित्र तुम्हाला चुकीचा सल्ला देऊ शकतो... तुमच्याशी खोटंही बोलू शकतो... ज्यामुळे तुमचं नुकसान होऊ शकतं. अशा प्रसंगातही तुमचा मित्रावरचा विश्वास कायम असेल का? नक्कीच नाही. त्याच क्षणी तो नष्ट होईल. मित्रावरचा तुमचा विश्वास उडेल. याचाच अर्थ परिस्थितीनुरूप जो नाहीसा होतो, तो खरंतर विश्वासच नसतो, केवळ भ्रम असतो.

मात्र तेजविश्वास तो असतो, जिथे कुठलाही तर्क अथवा कुठलंही कारण नसतं. जेव्हा व्यक्तीला स्वत:च्या गुरू अथवा ईश्वरावर दृढ विश्वास असतो, तेव्हा त्यांनी सांगितलेल्या अदृश्य जगतातल्या अतार्किक गोष्टींवरही तो विश्वास ठेवायला लागतो. त्या गोष्टींचं अनुकरण करायला सुरुवात करतो.

त्यामुळेच गुरू जेव्हा सांगतात, जगणं अगदी सोपं आणि सरळ आहे, तेव्हा सुरुवातीला माणसाचा त्यावर विश्वासच बसत नाही पण जेव्हा तो थोडा विश्वास ठेवायला लागतो तेव्हा त्याला त्याचे परिणाम दिसायला लागतात. या अवस्थेत पोहोचल्यानंतर परिणाम दिसो अथवा न दिसो, तरी त्यांच्यावरचा विश्वास कमी होत नाही.

एकदा भगवान बुद्धांकडे एक व्यक्ती काही शंका विचारण्यासाठी आली. ती म्हणाली, 'ईश्वर आणि अध्यात्म याच्याशी संबंधित माझ्या मनात अनेक प्रश्न आणि शंका आहेत. मला त्यांची उत्तरं हवी आहेत. ती मिळवण्यासाठी मी खूप ठिकाणी हिंडलो, पण काही केल्या मला त्याची उत्तरं मिळाली नाहीत.' यावर भगवान बुद्ध म्हणाले, ' तुझ्या साऱ्या प्रश्नांची - शंकांची उत्तरं तुला मिळतील. पण एक अट आहे. तुला इथं एक वर्ष राहावं लागेल, इथं सेवा करावी लागेल, तेही कुठले प्रश्न न विचारता!'

भगवान बुद्धांचे ते शब्द त्या व्यक्तीला अतार्किक वाटले. वर्षभर तिथं राहिल्यानं मिळणारं समाधान अदृश्य स्वरूपातलं होतं. पण स्वत:ला पडलेल्या प्रश्नांची उत्तरं शोधण्यासाठी त्या व्यक्तीनं खूप भटकंती केली होती. त्यामुळे बुद्धावर विश्वास ठेवून एक शेवटचा प्रयत्न करून पाहायला काय हरकत आहे, असा विचार करून तिनं आश्रम ात थांबण्याचा निर्णय घेतला.

आश्रमात राहून ती व्यक्ती आता तिथल्या दिनचर्येचं नियमित पालन करू लागली. ध्यान, मनन, पठण करू लागली. पाहता पाहता एक वर्ष उलटलं. या एका वर्षाच्या काळात आपल्या सर्व शंका आणि प्रश्न विलीन झाल्याची अनुभूती तिला आली. आता भगवान बुद्धांच्या शिकवणुकीच्या पद्धतीवर तिचा पूर्ण विश्वास बसला. आपला शेवटचा प्रयत्न वाया गेला नाही, याचा तिला आनंद झाला. आश्रमात नियमितपणे पठण, मनन, ध्यान केल्यामुळे तिला तिच्या सर्व प्रश्नांची उत्तरं मिळाली आणि आता ती निश्चिंतपणे आयुष्य जगू लागली. तिचा विश्वास, दृढविश्वासात परिवर्तित झाला. कालांतरानं तिलाही सत्याची अनुभूती मिळाली. अशा पद्धतीनं गुरूवर विश्वास ठेवल्याने, तर्ककुर्तकातून मुक्त झाल्याने अतार्किक गोष्टी मान्य करणं तिच्यासाठी लाभदायक ठरलं.

अगदी पहिल्या पायरीवरच गुरूबद्दल दृढ विश्वास निर्माण होईल असं आवश्यक नसतं. सुरुवातीला तर्काचा आधार घेऊन मनुष्य विश्वास ठेवतो, ज्यामुळे त्याला परिणाम दसून येतात. परिणाम दिसून आल्यानंतर त्याचा विश्वास वाढत जातो. मग एक अवस्था अशी येते, जेव्हा व्यक्तीला कुठलाही परिणाम दिसला नाही तरी ती म्हणते, 'आता कुठल्याच तर्काची मला आवश्यकता नाही. माझ्यासाठी श्रद्धा आणि विश्वास हेच पुरेसे आहेत.'

तुम्हाला जर सर्वोच्च जीवन जगायचं असेल, तर तुम्ही स्वत:ला लवचीक ठेवलं पाहिजे. प्रत्येक प्रसंगात तर्काचा आग्रह सोडून द्यायला हवा. कारण आपण विचार करतो त्यापेक्षा सत्य कितीतरी मोठं, महान असतं. तुमच्या आमच्यासारखे काही सामान्य लोक परिणाम दिसल्यानंतरच विश्वास ठेवतात, मात्र ज्यांनी दृढ विश्वास ठेवून सत्याचे प्रयोग केलेत; त्यांच्या जीवनात चमत्कार घडून येतात.

दृढ विश्वास हे विश्वासाचं विकसित रूप आहे. जसं, एखाद्या पर्वताचं सर्वोच्च टोक शिखर असतं तसंच विश्वासाची सर्वोच्च पातळी असते तेजविश्वास! यानंतरच विश्वासाची अंतिम अवस्था येते, जी असते विश्वासपूर्णता! ही अशी पातळी प्राप्त करणं हाच भूतलावरचा अंतिम उद्देश असतो.

मनुष्याला जेव्हा ईश्वर, गुरू अथवा निसर्गाची काम करण्याची पद्धत लक्षात येते, तेव्हा त्याच्या मनात कुठल्याही शंका किंवा अविश्वास उरत नाही. कारण जे काही सुरू आहे, ते निसर्गाच्या दिव्य योजनेनुसारच, हे त्याला अवगत झालेलं असतं.

चला, आणखी एका उदाहरणाच्या साहाय्यानं, अदृश्यावर विश्वास ही संकल्पना सखोलतेने समजून घेऊ...

एकदा दोन डोंगरांच्या दरम्यान एक दोरी बांधलेली असते. त्या वेळी लोकांना सांगितलं जातं, 'या दोरीवरून जो मनुष्य एका डोंगराकडून दुसऱ्या डोंगरापर्यंत चालत जाईल त्याला बक्षीस मिळेल.' दोरीवरून पडण्याच्या भीतीनं अनेक लोकांनी माघार घेतली. मात्र काही लोकांना जरी दोरीवरून चालण्याचा अनुभव होता, तरी दोन डोंगरांदरम्यान चालण्याचं अंतर त्यांना जोखीम वाटल्यानं त्यांनी माघार घेतली.

तिथे असलेल्या एका युवकाला स्वतःवर आणि स्वतःच्या कौशल्यावर पूर्ण विश्वास होता. अशी साहसाची कामं करण्याची त्याची इच्छाही होती. त्यामुळे दोरीवर चालण्यासाठी तो पुढाकार घेणार तेवढ्यात घोषणा झाली, 'ज्या दोरीवर चालायचं आहे ती दोरी अदृश्य आहे.' हे ऐकून तो युवक जागीच थबकला.

मात्र ही विचार करण्यासारखी गोष्ट आहे, की जर दोरी अदृश्य स्वरूपात असेल तर त्यावर चालण्याचा अट्टहास, विचार कुणी करेल का? एखाद्याने जर अगदी १०० टक्के आश्वासनं दिलं, 'तू अशा दोरीवरून चालताना पडणार नाहीस, याची मी खात्री देतो,' तरीही तो असं करण्यासाठी तयार होणार नाही. उलट अदृश्य दोरीवरून चालणं ही कल्पनाच त्याला मूर्खपणाची वाटेल. अदृश्य दोरीवरून चालण्याची कसरत तीच व्यक्ती करू शकते, जिच्यात तेजविश्वास आहे, जिच्या मनात कुठलीही शंका नाहीये.

वर दिलेलं उदाहरण तर्कसंगत नाहीये, मात्र तेजविश्वासाचं उत्तम उदाहरण आहे. मीरेला जेव्हा विषाचा पेला दिला गेला, तेव्हा तिचा ईश्वरावर अतूट विश्वास होता. 'मी जरी विष प्यायले तरी मला काहीही होणार नाही आणि झालंच तरी ही घटना तेजविश्वासाचा प्रत्यय देणारी असेल' म्हणूनच मीरेची भक्ती आजही आदर्श मानली जाते.

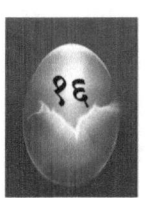

आनंदाची भावना - तेजविश्वास

मनुष्याच्या जीवनात भावनेला महत्त्वपूर्ण स्थान आहे. म्हणजे जसे भाव त्याच्या मनात निर्माण होतात, तसा तो अदृश्यात विचारांच्या तरंगांसोबत जोडला जातो. तुम्ही जर सकारात्मक विचार करत असाल, तर जगाच्या सर्व सकारात्मक विचारांशी जोडले जाता.

'आहे' या भावनेत सतत असणं म्हणजे संतुष्टी पूर्णत्वाच्या भावनेत राहण्यासारखेच आहे. अशी माणसं आयुष्यात नेहमी काय 'आहे', काय मिळालं आहे, यावरच लक्ष देतात. सर्वकाही भरपूर आहे आणि निसर्ग प्रत्येक गोष्टींची तजवीज करतो यावर विश्वास ठेवूनच ते जीवन व्यतीत करतात.

याउलट जेव्हा व्यक्ती नकारात्मकतेशी जोडली जाते, तेव्हा ती जगातील सर्व नकारात्मक विचारांसाठी आपोआपच ग्रहणशील बनते. उदाहरणार्थ, काही लोक असे असतात, जे नेहमी 'नाही'चाच विचार करतात. कुठलीही परिस्थिती येवो, आयुष्यात काय 'नाही' हे सांगण्यातच ते कुशल असतात. सकाळी उठल्यानंतर, 'आज पुरेशी झोपच झाली नाही...आज पेपर आला नाही... माझ्याजवळ वेळच

नाहीये... माझ्याजवळ गाडी नाहीये... लोक माझं कौतुकच करत नाही...' असे विचार ते करतात.

अशा रीतीनं 'नाही नाही' म्हटल्यानं माणूस निराशेने घेरला जातो आणि 'माझ्या आयुष्यात काहीही चांगलं घडत नाहीये' असं म्हणून मोकळा होतो.

माणूस जेव्हा एखाद्या गोष्टीची इच्छा मनात धरतो, तेव्हा तो त्याच्यात विश्वास उत्पन्न करत असतो. त्यामुळेच त्याला त्याच्या इच्छेचे सकारात्मक परिणामही दिसून येतात. मात्र काही गोष्टी आपण न मागताही आपल्याला मिळत आहेत, यावरही त्याने मनन करायला हवं. जसं, आपल्याला जीवन मिळालं आहे... शरीर मिळालं आहे...

काहीही कष्ट न घ्यावे लागता तुमचा श्वास सुरू आहे. तुम्ही निरोगी आहात... तुम्हाला परिवार, नातेवाईक मिळाले आहेत... प्रेम, पैसा, शिक्षण, ज्ञान मिळतंय... विचार करा अशा कितीतरी गोष्टी आहेत, ज्या तुम्ही काहीही कष्ट न घेता तुम्हाला सहजतया मिळाल्या आहेत. खरंतर यासाठी तुम्ही ईश्वराला किती धन्यवाद द्यायला हवेत, किती आनंद व्यक्त करायला हवा...

तेजविश्वास म्हणजे आनंदाच्या भावनेत राहणं

ही आनंदाची भावना म्हणजेच तेजविश्वास! जो मनुष्य नेहमी आनंदी राहतो, समाधानी असतो, तो तेजविश्वासाच्या वाटेवर असतो. या ठिकाणी आनंद आणि समाधान हे कुठल्याही कारणामुळे मिळणारं तात्कालिक नाहीये, तर या ठिकाणी स्थायी स्वरूपाचं, चिरकाल टिकणारं समाधान अपेक्षित आहे. स्थायी आणि कायमस्वरूपी आनंदाची अवस्था म्हणजे जिथं माणसाला काही मिळवण्याची इच्छा नसते आणि काही गमावण्याचं दु:खही नसतं, ना कुठल्या परिणामांची चिंता अशी अवस्था. अशा अवस्थेत माणूस स्वत:कडे 'जे आहे' त्या भावनेत खूश असतो. आयुष्य जगायला मिळतंय या भावनेमुळेच तो सदैव खूश असतो. निसर्गाच्या अस्तित्वामुळे, सत्यमार्गावरच्या मार्गक्रमणामुळे तो खूश असतो.

आपण जन्माला आल्यापासून आपल्यावर हे बिंबवलेलं असतं, की आपण जे कर्म करतो त्यामुळे आपल्याला सर्व काही मिळतं. आपल्याला आनंद मिळतो पण हा आनंद तात्पुरता असतो, चिरकाल टिकणारा नसतो, हे आपल्याला कुणीच सांगत नाही. त्यामुळे अधिकाधिक मिळवण्यासाठीच आपली धडपड सुरू असते. कारण आपण आपल्या आसपासच्या लोकांना नेहमी हेच करताना पाहतो. अशा प्रकारे आपण केवळ

अस्थायी आनंदाभोवतीच फिरत राहतो. मात्र चिरकाल टिकणारा आनंद जगाकडून आपल्याला कधीच मिळत नाही.

हे समजण्यासाठी काही उदाहरणं पाहू या. एखाद्या लहान मुलाला तुम्ही सांगता, 'तू जर बाहेर थोडा वेळ खेळून आलास तर मी तुला एक चॉकलेटचा मोठा डब्बा गिफ्ट म्हणून देईन.' हे ऐकून त्या लहान मुलाला आश्चर्य वाटेल. कारण बाहेर खेळायला मिळणं हेच खरंतर त्याच्यासाठी मोठं गिफ्ट असतं. त्या लहान मुलाचा आनंद बाहेर खेळण्यात दडलेला असतो. त्याला चॉकलेट वगैरे इतर कुठलीही गोष्ट नको असते.

तसंच तुम्ही एखाद्या चित्रकाराला सांगता, 'तू असं एखादं चित्र काढ, जे पाहून जगातल्या प्रत्येकाला ते चित्र पुनःपुन्हा पाहावंसं वाटेल. त्यासाठी तुला हवं ते बक्षीस देईन.' हे ऐकून चित्रकार म्हणतो, 'वास्तवात चित्रं काढणं हेच माझ्यासाठी मोठं बक्षीस आहे. कारण चित्र काढल्यामुळेच मला आनंद मिळतो आणि तेच माझं बक्षीस आहे. मला दुसऱ्या कुठल्याही बक्षिसाची गरज नाही.'

ही उदाहरणं सांगण्याचं तात्पर्य इतकंच, की परिणामांचा विचार करून जेव्हा एखादा मनुष्य एखादं काम करतो, तेव्हा अपेक्षित परिणाम न आल्यास तो दुःखी होऊ शकतो अथवा अपेक्षित परिणामामुळे आनंदी होऊ शकतो. मात्र तेज अथवा दृढ विश्वास असणारा माणूस परिणामांबद्दल विचार करण्याऐवजी वर्तमानात करत असलेल्या कामाचा आनंद घेतो आणि हेच काम त्याच्यासाठी आनंदाचं कारण बनतं. जसं मुलासाठी खेळणं आणि चित्रकारासाठी चित्रं काढणं हा आनंद असतो.

याप्रमाणे आयुष्यदेखील एकप्रकारचा खेळच आहे, असं समजून सतत मिळणारा आनंद हेच मोठं बक्षीस आहे असं जाणवेल. मग जगण्यातला हाच आनंद उपभोगला तर इतर कुठल्याही बक्षिसाची आवश्यकताच उरणार नाही! संसाराचा हा खेळ, परमेश्वराची लीला समजून घेऊन खेळला तर त्यापासून आनंदच मिळेल. मात्र जेव्हा हा खेळ खेळला जात असताना माणूस एखादं कार्य हाती घेतो आणि त्यापासून फळाची अपेक्षा करतो, तेव्हा तो खेळ, खेळ न राहता सुख-दुःखाचं कारण बनतं. अशा वेळी कार्यापासून मिळणारे परिणामच त्या मनुष्याला कार्य करण्यासाठी प्रवृत्त करतात, कर्म नव्हे.

कारण अशी माणसं स्वतःच्या आयुष्याकडे स्पर्धा म्हणून पाहतात. मग स्पर्धा म्हटली, की जय-पराजय हा आलाच आणि त्यासोबतच सुख-दुःखाचा खेळही सुरूच राहतो. फळाची अपेक्षा हेच त्याच्यासाठी प्रेरणास्थान होऊन जाते. अपेक्षित फळ आनंद देतं, तर अनपेक्षित फळ दुःख.

मनुष्य जेव्हा ही सगळी परमेश्वराचीच लीला सुरू आहे, यावर दृढ विश्वास ठेवतो, तेव्हा त्याला आनंद, समाधान मिळवण्यासाठी वेगळं काही करावं लागत नाही. उलट तो या खेळाचा (ईश्वरी लीलांचा) एक भाग बनतो आणि परिणाम काहीही आले, तरी तो सहजपणे त्यांना सामोरं जातो.

तुम्ही जेव्हा तुमच्या कर्मापासून फळाची अपेक्षा ठेवत नाही, तेव्हा तुमची कर्मं स्वार्थरहित कर्मं बनतात. उदाहरणार्थ, तुम्ही रोज स्नान करता ते कुणी तुमची स्तुती करावी म्हणून करत नाही. वास्तविक तुम्हाला त्याच्या बदल्यात काहीही नको असतं. कारण शरीराची स्वच्छता हेच स्वतःसाठी एक फळ असतं. स्वच्छता हा तुमचा सहजभाव असतो. म्हणून जेव्हा तुम्ही सहजभावनेने एखादे कर्मं करता, त्या वेळी ते कर्म परिपूर्ण असतं.

तुम्ही जेव्हा स्नान करता तेव्हा त्या बदल्यात तुम्ही इतरांकडून स्तुतीची अपेक्षा करत नाही, तर मग स्वयंपाक करणं, घर सांभाळणं, तुमचा बॉस आणि सासूसाठी काही काम केल्यानंतर त्या मोबदल्यात अधिकच्या अपेक्षा का ठेवता? याचा विचार करणं अत्यंत महत्त्वाचं आहे.

तुम्ही जेव्हा प्रेमभावनेनं कुठलंही काम करता, तेव्हा तुमच्यात सर्वोत्तम कामाचं बीजच रुजवत असता. मग तुमच्या कामाची स्तुती होवो अथवा न होवो. जर स्तुती झाली नाही, तर तुम्ही नाराज, अपमानित वाटून घेत असाल, तर तुम्ही तुमच्या वर्तमानातल्या आनंदाला वंचित राहता. अशा स्थितीत तुमचा आनंद दुसऱ्यांच्या प्रतिक्रियांवर अवलंबून असतो, त्या वेळी तुम्ही तुमचा वर्तमानातला आनंद हरवून बसता.

तेज अथवा दृढ विश्वास असणाऱ्यांना कुठल्याच अडचणी, समस्यांचा सामना करावा लागत नाही का? असा स्वाभाविक प्रश्न एखाद्याला पडू शकतो. अशा लोकांच्या आयुष्यातही समस्या, अडचणी येतच असतात. मात्र असा विश्वास असणारी माणसं त्याला हसत सामोरी जातात. उन्नती, विकासाच्या पुढच्या पायरीवर जाण्याचा मार्ग समजतात. अशी आव्हानं दृढ विश्वास असणाऱ्या लोकांचा ईश्वरी लीलांचा खेळ अधिक रंजक करतात.

कॅरम बोर्डाच्या खेळात, त्या बोर्डवर चारही बाजूंना असणाऱ्या रेषा पुसून टाकल्या तर खेळ रंजक होईल का? खेळ तेव्हाच रोमांचकारी बनतो, जेव्हा त्याच्यासोबत काही मर्यादाही असतात. हाच नियम जीवनालाही लागू होतो. एखादी अप्रिय घटना घडल्यास लोक म्हणतात, 'जे होतं ते चांगल्यासाठीच होत असतं,' मात्र तेजविश्वास

असणारी व्यक्ती घटना घडत असतानाही तिचा आनंद घेते. वाईट घटनासुद्धा माझा विकास करण्यासाठीच घडली असं दृढ विश्वास असणारी माणसं म्हणतात. 'माझ्याच आयुष्यात असं का घडलं' असे प्रश्न विचारून तेजविश्वास असणारी माणसं रडत बसत नाहीत.

तुम्ही जेव्हा आयुष्यात सत्याचा स्वीकार कराल, तेव्हा जिंकण्यासाठी अथवा हरण्यासाठी खेळणार नाही. उलट खऱ्या शाश्वत सत्याचा आनंद समजल्याने भ्रामक आनंदाच्या मृगजळापासून दूर राहाल.

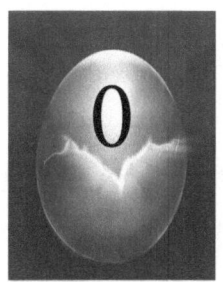

झिरो विश्वासनियम

विश्वासाला जसा अंत नाही, तसा प्रारंभही नाही
विश्वासात आहे केवळ पूर्ण विश्वास

विश्वासाला तेव्हाच पूर्णता मिळते,
जेव्हा मनुष्य अदृश्य, अतार्किक आणि
कल्पनापलिकडे असलेलं सत्य स्वानुभवाद्वारे जाणतो.

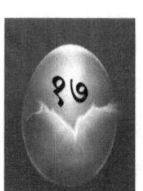

विश्वासाला जसा अंत नाही- तसा प्रारंभही नाही विश्वासात आहे केवळ पूर्ण विश्वास

विश्वास निश्चितपणे एक ईश्वरीय गुण आहे. हा गुण प्राप्त करण्यासाठी तुम्ही तुमचा प्रवास सुरू करता अविश्वासापासून. प्रवासाच्या पहिल्या टप्प्यावर तुम्ही अविश्वासापासून विश्वासाचा टप्पा गाठतात आणि मग विश्वासापासून दृढ विश्वास. दृढ विश्वास ही विश्वासाची सर्वोच्च अवस्था आहे. जिथे कुठलाच तर्क, कुठलंच कारण विश्वासाला धक्का लावू शकत नाही. यावरून विश्वासाच्या उच्चतम पातळीवर पोहोचून आपण विश्वासाला त्याच्या पूर्ण रूपात प्राप्त केलंय, असं वाटू शकतं. मात्र हे सत्य नाही. विश्वासाच्या वाटेवरचा प्रवास अद्याप अपूर्णच आहे. हा प्रवास तेव्हाच पूर्ण होतो, जेव्हा तुम्ही विश्वासपूर्णता प्राप्त कराल. विश्वासपूर्णता ही विश्वासाची ती अवस्था आहे, ज्याला ईश्वरीय गुण म्हणता येईल.

हे समजून घेण्यासाठी विश्वासपूर्णतेच्या अवस्थेला 'विश्वासान्त' या शब्दाने संबोधूया. जसं 'वेदान्त' शब्द. हा शब्द ज्ञानाचा, ना आरंभ दर्शवतो ना शेवट. ज्या अवस्थेत ज्ञान स्वत:मध्ये परिपूर्ण असतं, त्याला ना अंत असतो ना सुरुवात. तोच वेदान्त.

याचप्रमाणे 'लीलान्त' हा शब्द आहे. जिथं सर्व लीला समाप्त होऊन शून्य अवस्था येते. त्याचप्रमाणं 'समयान्त' ही अवस्था. जिथं न वेळेची सुरुवात आहे ना अंत, आरंभ आणि शेवट यांपासून मुक्त असलेली अवस्था.

या शब्दांप्रमाणेच 'विश्वासान्त' शब्द आहे. हा शब्द स्वत:मध्ये विश्वासाची परिपूर्ण अवस्था दर्शवतो, जो मिळवण्यासाठी कुठलाच प्रवास करावा लागत नाही. जिथं अविश्वास असणार नाही, आरंभ, शेवट असणार नाही; असेल तो केवळ दृढ विश्वास! खरंतर विश्वासाची ही परिपूर्ण अवस्था म्हणजेच ईश्वरीय गुण आहे. जे प्राप्त करणं प्रत्येक माणसाचा उद्देश असतो. विश्वासपूर्णतेच्या अवस्थेला पोहोचण्यासाठी सर्वप्रथम माणसाला जीवनाचं सत्य जाणून घ्यावं लागेल. स्वत:च्या आत्मरूपात स्थित व्हावं लागेल. कारण विश्वासपूर्णतेची अवस्था तेव्हाच प्राप्त होते, जेव्हा व्यक्ती अदृश्य, अतार्किक आणि कल्पनाविश्वापलीकडे जाऊन सत्याचा अनुभव घेईल. चला, जीवनाचं हे सत्य सुरुवातीपासून समजून घेण्याचा प्रयत्न करूया.

जेव्हा विश्वाची, जगाची निर्मिती झाली नव्हती, तेव्हा काय होतं? तेव्हा ईश्वर पूर्ण विश्राम अवस्थेत होता. अशा अवस्थेत जिथे केवळ ईश्वरच होता... तो सुद्धा निराकार ईश्वर. ईश्वर म्हणजे चैतन्य, स्वअस्तित्वाची जाणीव, कैवल्यअवस्था बीइंगनेस. याच चेतनेला परमात्मा, अल्लाह, गॉड किंवा सेल्फ असं म्हटलं आहे. या अवस्थेत त्याची उपस्थिती तर होती, मात्र त्याचा अनुभव घेता येत नव्हता.

जसं, स्वत:ला पाहण्यासाठी आपल्याला आरशाची गरज असते. त्याशिवाय आपण स्वत:ला पाहूच शकत नाही. तसंच संसाराची, विश्वाची निर्मिती होण्यापूर्वी ईश्वर अस्तित्वात होता परंतु तो स्वत:ला जाणू शकत नव्हता. मग स्वत:ला जाणण्यासाठी पूर्वीची आरामदायी स्थिती बदलून तो क्रियाशील झाला. आधी जो निराकार होता, त्याने आकार धारण केला. ईश्वरानं स्वत:चे भाव, गुण प्रकट करण्यासाठी जगाची रचना केली. या जगात त्यानं अनेक सजीवांच्या निर्मितीसोबतच माणसाचीही निर्मिती केली. वास्तविक ईश्वरच माणूस बनला. शिवाय वेगवेगळ्या जीवांची रूपं त्याने ही धारण केली.

ईश्वरानं स्वत:च्या अस्तित्वाचा अनुभव करण्यासाठी, स्वत:बद्दल विचार करण्यासाठी आणि स्वत:च्या गुणांची स्तुती करण्यासाठी केवळ माणसामध्ये मन आणि बुद्धीची रचना केली, विचार करण्याची शक्ती अंतर्भूत केली. मात्र माणसाच्या शरीरासोबत जोडलं गेल्यामुळे आता ईश्वर स्वत:ला शरीर समजू लागला. स्वत:च्या अमर्याद, असीम रूपाला विसरून स्वत:ला मर्यादित आणि सीमित आकार मानायला

लागला. तो स्वत:ला इतरांपासून वेगळा, एक व्यक्ती मानू लागला. अशा प्रकारे प्रत्येक शरीरात स्वत:ला इतरांपासून वेगळं मानणारी एक व्यक्ती तयार झाली. ज्यामुळे विश्वात खूप लोक आहेत, असं प्रतीत व्हायला लागलं पण वस्तुस्थिती अशी आहे, की ईश्वरच प्रत्येक शरीरामध्ये जोडला गेलेला असूनही. संलग्न होऊनही स्वत:ला मात्र तो वेगळं मानतो आहे.

पण स्वत:ला वेगळं मानणं हा त्याचा केवळ भ्रम आहे. ज्यामध्ये निर्माता स्वत:च त्याच्या भ्रमात गुरफटून जातो. जसं, एखाद्या जादूगाराबाबत घडतं. जादूगार प्रेक्षकांसमोर एक काल्पनिक जग तयार करतो, मग तो त्या जगातच स्वत: कठपुतळी बनून जादूच्या त्या खेळात हरवून जातो. काही वेळानंतर जादूगार स्वत:लाच कठपुतळी समजू लागतो. अशा वेळी त्या जादूगाराने, स्वत:ची खरी जाणीव, ओळख विसरू नये, असंच त्याला सांगावं लागतं.

याचप्रमाणे माणूस जेव्हा खऱ्या अर्थानं स्वत:ला जाणतो, 'तेव्हा स्वत:ला वेगळं समजण्याच्या' भ्रमातून ईश्वर स्वत:ला मुक्त करतो आणि त्याच वेळी विश्वनिर्मितीचा खरा उद्देश पूर्ण सफल होतो. याच अवस्थेला आत्मसाक्षात्कार होणं असं म्हटलं गेलंय. या विश्वाच्या निर्मितीचं मुख्य कारण स्वत:ला जाणणं हेच आहे, मात्र मोह-मायेत गुरफटल्यामुळे मनुष्य या ध्येयापासून भरकटला जातो.

जसं, आपण आरशात जर स्वत:ला पाहू शकलो नाही, तर त्या आरशाचा काहीच उपयोग नसतो. तसंच जग हा ईश्वराचा आरसाच आहे. या आरशात 'खऱ्या मी'चा, 'स्व'चा साक्षात्कार झाला नाही, तर जीवन व्यर्थ असतं, ते सार्थक ठरत नाही.

त्यामुळे प्रत्येक शरीरात उपस्थित असलेला, 'स्व'विषयी जर जागृत झाला, तर याला जीवनाचं अंतिम लक्ष्य असंही म्हणता येईल! अनेकदा ध्यान-धारणा करत असताना काही क्षणांसाठी का होईना, पण माणसाला स्वत:च्या अस्तित्वाची जाणीव होते. मात्र ही अनुभवाची एक छोटीशीच झलक असते. ती उद्देश पूर्ण करत नाही. कारण माणसाचं मन मोह-मायेकडे आकर्षित होऊन पुन्हा सांसारिक गोष्टींमध्ये गुरफटून जातं. जेव्हा स्वत:च्या अस्तित्वाच्या अनुभवात आपण पूर्णपणे स्थिर होतो, तेव्हाच खरा उद्देश पूर्ण होईल. यालाच आत्मसाक्षात्कार, स्वत:मध्ये स्थिर होणं अथवा सेल्फ स्टॅबिलायझेशन असं म्हटलं गेलं आहे. या ठिकाणी स्वत:ला जाणून मनुष्य स्वअनुभवामध्ये कायमस्वरूपी स्थापित होतो.

आत्मसाक्षात्कारानंतर जेव्हा मनात विचार येतात, तेव्हा 'ते विचार माझे आहेत' ही भावना शिल्लक राहत नाही. त्या ठिकाणी मनुष्य अहंकार, जय-पराजय आणि

सांसारिक आयुष्यातले चढ-उतार, जुन्या धारणा, पूर्वग्रह यापासून पूर्णपणे मुक्त होतो.

स्वानुभवात स्थापित झाल्यावर जे घडतं, ते केवळ थोडासा बदल नसतो, तर ते असतं पूर्णपणे रूपांतर. उदाहरणार्थ, एखादा सुरवंट रूपांतरित होऊन फुलपाखराचे रूप घेतो आणि बंधनांतून मोकळा होऊन मोकळ्या आकाशात विहार करतो.

या अवस्थेत शरीराकडून सर्व सांसारिक कर्मे होत राहतात. शिवाय आयुष्य आणखी सुंदर बनतं. तिथे चैतन्य, आपली ओळख मन, बुद्धी आणि शरीर यांच्याशी जोडत नाही, तर ते केवळ एक स्वसाक्षी म्हणून उपस्थित असते.

आपण जेव्हा आपल्या खऱ्या स्वभावानुसार वागत नसतो, तेव्हा आयुष्याच्या कितीतरी समस्यांमध्ये व्यर्थ गुरफटत जातो, मन संभ्रमित होतं. मग आपल्याला प्रश्न पडतात, 'मी हे काम करू शकेन की नाही? मी अमुकतमुक परिस्थितीला सामोरा कसा जाऊ? मी यावर निर्णय कसा घेऊ?' जेव्हा तुम्ही तुमच्या खऱ्या 'स्व'भावापासून दूर राहाल, तेव्हा तुमच्या मनात असे विचार येतच राहतील. याउलट जेव्हा तुम्ही स्वतःशी संलग्न राहाल, तेव्हा हे सर्व प्रश्नच विलीन होतात. 'कसं होईल?' हे समजण्याची गरजच राहत नाही. कोणतीही उकल, कोणतंही उत्तर आपोआपच मिळतं, असं लक्षात येईल.

जिथे सर्वकाही स्वच्छ, स्पष्ट दिसू लागते, तेव्हा तीच असते विश्वासपूर्णतेची अवस्था! या अवस्थेत, विश्वास ठेवण्याचा किंवा न ठेवण्याचा प्रश्नच उद्भवत नाही. इथे बघणे याचाच अर्थ जाणणे असा होतो. जेव्हा कोणी आपल्या अनुभवांतून अदृश्याला समजून घेतो, तेव्हा सत्याविषयी काही शंकाच राहत नाही. हे आपण एका उदाहरणाने जाणून घेऊयात.

समजा, ज्याच्यासाठी चार खांबांची गरज आहे हे आपल्याला माहिती आहे. अशी एक खोली बांधायची आहे. आता एका माणसाला सांगितलं, 'इथे चार खांब आहेत, त्यांच्या आधाराने तू भिंती बांधायला सुरुवात कर.' पण तो म्हणतो, 'इथे तर तीनच खांब आहेत. चौथा खांब बांधावा लागेल.' कारण तिथे जरी चार खांब असले, तरी त्याला एक खांब दिसत नाही. तेव्हा त्याला सांगितलं जातं, 'चार खांब आहेत, तू विश्वास ठेव आणि खोली बांधायला सुरुवात कर.' तरीही तो म्हणतो, 'मला जर ते दिसत नाही, तर मी विश्वास कसा ठेवू?' तो भिंती बांधायला नकार देतो आणि तिथून निघून जातो. कारण जे दिसते त्यावर त्याचा विश्वास आधारलेला आहे म्हणजेच अविश्वास आहे.

विश्वास नियम ◻ ११८

दुसऱ्या माणसालाही तेच काम सांगितलं जातं, पण त्याचा मात्र सांगणाऱ्यावर विश्वास असतो. त्यामुळे चौथा खांब दिसत नसला तरी तो काम सुरू करतो. म्हणूनच त्याच्या विश्वासाला 'तेजविश्वास' असं म्हटलं जातं, कारण त्याला कुठल्याच पुराव्याची गरज नसते.

पण जो सांगतोय, त्याचा विश्वास कसा आहे? तो म्हणेल, 'मला जर खांब दिसतो आहे, तर मग त्यामध्ये विश्वासाची गरजच काय?' अगदी अशाच प्रकारे आत्मसाक्षात्कारानंतर त्या शरीरात विश्वासाची आवश्यकताच नसते. कारण आता त्याच्यासाठी अदृश्य असं काहीच राहिलेलं नसतं. त्यामुळे तिथे विश्वास ठेवण्याची गोष्ट लागूच होत नाही. हीच विश्वास-पूर्णतेची अवस्था आहे.

या अवस्थेमध्ये विश्वास ठेवण्याची आवश्यकता राहत नाही. कारण तो तर साऱ्या ब्रह्मांडाशीच एकरूप झालेला असतो. कुणी वेगळं असेल तर त्यावर विश्वास ठेवला जाऊ शकतो पण त्याच्यासाठी कुणी वेगळं नाहीच. अशा वेळी त्याच्यासाठी विश्वास ठेवण्याचा किंवा न ठेवण्याचा प्रश्नच शिल्लक राहत नाही. दुसऱ्या शब्दांत सांगायचं झालं तर तो स्वतःच विश्वास बनतो.

अशा अवस्थेमध्ये जीवन हे एक दिव्य संगीत बनतं, ज्यातून निःस्वार्थ प्रेम, आनंद आणि शांतीच्या गोड स्वरलहरी उमटतात. मग त्या दुसऱ्यांच्या हृदयालाही स्पर्श करून जातात आणि त्यांनाही आपल्यातील विश्वास जागृत करण्याची प्रेरणा मिळते.

यासाठीच ब्रह्मांड... ईश्वर... किंवा निसर्ग यांमध्ये आस्था ठेवून आपला आध्यात्मिक प्रवास पूर्ण करा. जेणेकरून आपला जो मूळ स्वभाव आहे, तो विश्वास-पूर्णतेची सर्वोच्च अवस्था प्राप्त करू शकेल!

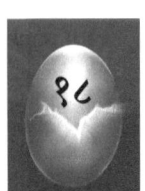

आत्मसाक्षात्कार मिळणे हा सर्वांचा जन्मसिद्ध अधिकार आहे आणि माझादेखील!

आत्मसाक्षात्कार म्हणजेच मोक्ष याविषयी माणसाच्या मनात कितीतरी समजुती असतात. जसं, 'आत्मसाक्षात्कारासाठी सात जन्म लागतील... खडतर तप करावं लागेल... जगाकडे पाठ फिरवून संन्याशाचं जीवन स्वीकारावं लागेल... हे केवळ दिव्य पुरुषांनाच शक्य आहे. आपल्यासारख्या सामान्य माणसांना नाही' वगैरे वगैरे. या चुकीच्या धारणांमुळेच आत्मसाक्षात्कार ही गोष्ट लोकांसाठी एक दुर्लभ गोष्ट बनून राहिली आहे. मात्र तुम्ही आतापर्यंत समजला आहात, 'ज्याचा जितका विश्वास असतो, तसाच परिणाम त्याला प्राप्त होतो.'

खरंतर आत्मसाक्षात्कार होणं, ही माणसाच्या जीवनाची सर्वोच्च शक्यता असते आणि ती तेव्हाच प्राप्त होऊ शकते, जेव्हा त्याचा ईश्वरावर विश्वास असतो. देवाने झाडं-झुडुपं, कित्येक प्रकारचे पशु-पक्षी, जीव तयार केले. मात्र या सर्वांमध्ये फक्त माणसालाच विचार करण्याच्या शक्तीचं वरदान मिळालं आहे. जेणेकरून त्याला मननाद्वारे आपल्या मूळ स्वरूपाचं स्मरण व्हावं.

'विचार' करण्याच्या शक्तीचा वापर आजच्या युगात कित्येकजण केवळ पैसे कमावण्याकरिता, सतत नव्या गोष्टी निर्माण करण्याकरिता, तर कुणी मानव जातीच्या कल्याणाकरिता करत आहेत पण असे फारच कमी लोक आहेत, की जे या संसारी जगताच्या पलीकडे जाऊन 'मी कोण आहे, Who am I?' हे जाणण्याचा प्रयत्न करतात. नाहीतर हा प्रश्न बऱ्याच जणांच्या मनाला स्पर्शही करत नाही. ते लोक या प्रश्नाचं उत्तर जाणून घेतल्याशिवायच आपलं आयुष्य व्यतीत करतात. खरंतर माणसाचा जन्म मिळणं ही ईश्वरी कृपा असून मोक्षप्राप्ती हे आयुष्याचं मूलभूत ध्येय आहे.

हे एका उदाहरणातून समजून घेण्याचा प्रयत्न करू या...

एकदा भगवान विष्णूंनी जाहीर केलं, की ते स्वतःच भगवंताचं मंदिर बांधणार आहेत. देवलोकात या बातमीने एकच खळबळ माजली. प्रत्येकजण या मंदिराची चर्चा करत होता. पण भगवान विष्णूंचे भक्त नारदमुनींना मात्र एका वेगळ्याच प्रश्नाची चिंता सतावत होती. त्यांना हे जाणून घेण्याची उत्सुकता होती, की या मंदिराचा पुजारी कोणी होईल? नारद स्वतःला विष्णूंचा सर्वांत मोठा भक्त मानत होते. त्यांना वाटतं होतं, 'स्वतः भगवंतच निर्माण करत असलेल्या मंदिराचा पुजारी बनण्याची पात्रता, तर त्यांच्या सर्वांत मोठ्या भक्ताच्याच ठायी असणार!' जेव्हा नारद भगवान विष्णूंना भेटायला गेले तेव्हा त्यांच्याने राहवलं नाही आणि त्यांनी भगवंताला प्रश्न विचारला :

"हे प्रभू, आपण बनवत असलेल्या मंदिराचा पुजारी कोण असेल?" नारदाच्या मनातील शंका ओळखून भगवान विष्णूंनी उत्तर दिलं : 'या मंदिराचा पुजारी असेल माझा एक परमभक्त 'चाँदविश्वास' जो पृथ्वीलोकामध्ये एक सद्गृहस्थ आहे.'

ही गोष्ट ऐकून नारदांनी कान टवकारले. त्यांचा भगवंतांच्या बोलण्यावर विश्वासच बसत नव्हता. आता त्यांच्या मनात चाँदविश्वास यांना भेटण्याची प्रबळ इच्छा निर्माण झाली. म्हणून त्याला भेटण्यासाठी भगवान विष्णूंकडून आज्ञा घेऊन ते पृथ्वीलोकात जाऊन पोहोचले.

नारद जेव्हा पृथ्वीलोकात पोहोचले तेव्हा त्यांनी पाहिलं, की चाँदविश्वास हा एक सामान्य लाकूडतोड्या होता, जो शेळ्या-मेंढ्या पाळत होता. साधेच कपडेलत्ते घालणाऱ्या चाँदविश्वासच्या खांद्यावर म्हाताऱ्या आईवडिलांची जबाबदारी होती. नारद चाँदविश्वासच्या दिनचर्येचे निरीक्षण करत राहिले. त्यांना हे पाहायचं होतं, की दिवसातून किती वेळा चाँदविश्वास भगवंताचं नामस्मरण करतो आणि कधी करतो? तो जंगलातून लाकडे तोडून घरी परत आला परंतु या काळात त्यानं एकदासुद्धा देवाचं नाव घेतलं नाही, असं त्यांच्या लक्षात आलं. नारदांना वाटलं, कदाचित चाँदविश्वास घरी

गेल्यावर किंवा जेवण्याच्या आधी तरी देवाचं नामस्मरण करेल, पण असंही काही झालं नाही. आता नारदांना वाटलं, की कदाचित झोपायच्या आधी तरी तो नामस्मरण करेल पण नारदांची ही अपेक्षाही फोल ठरली.

चाँदविश्वास झोपी गेल्यावर नारदांना वाटलं, आता तरी नक्कीच तो मध्यरात्री उठून देवाचं नाव घेईल पण चाँदविश्वास इतका गाढ झोपेमध्ये होता, की त्यानं कुससुद्धा बदलली नाही.

चाँदविश्वासच्या प्रत्येक कृतीचं निरीक्षण सतत दोन दिवस केल्यावर नारद संभ्रमात पडले. कारण चाँदविश्वास देवाच्या नावाचा जप करतच नव्हता. त्यांना आश्चर्य वाटलं, हा असा कसा भक्त आहे, जो भगवंताचं नाव घेत नाही! कदाचित ते दुसऱ्याच माणसाचं निरीक्षण करताहेत पण चौकशी केल्यावर त्यांना समजलं, की हाच चाँदविश्वास आहे, ज्याला परमेश्वराचा सर्वांत मोठा भक्त समजलं जातंय. शेवटी त्यांनी चाँदविश्वासशी संभाषण करण्याचा निर्णय घेतला आणि जाऊन त्याला विचारलं,

''काय तूच चाँदविश्वास आहेस का? तू देवाचा मोठा भक्त आहेस असं मी ऐकलंय.''

''हो, मीच चाँदविश्वास आहे. पण मीच, देवाचा मोठा भक्त आहे, असं मी कधी ऐकलं नाही.''

''पण देवलोकात, तर तूच देवाचा परमभक्त आहेस, अशी चर्चा चालू आहे. मग जर तू खरंच भगवंताचा परमभक्त असशील, तर जो मंत्र केवळ एकदाच उच्चारल्याने मोक्ष मिळतो असा कुठला मंत्र तू जाणतोस? हे सांग.''

''हो, मला असा मंत्र माहीत आहे, ज्याचा उच्चार करताच मोक्ष मिळतो.'' चाँदविश्वासने ठामपणे उत्तर दिलं.

ज्याचा केवळ उच्चार करताच मोक्ष मिळतो, असा मंत्र या माणसाला माहीत आहे, यावर नारदांना विश्वासच बसत नव्हता. पण हा मंत्र काम करतो की नाही, हे याने अजूनही आजमावलेलं नाही. म्हणून नारदांनी चाँदविश्वासला मंत्र उच्चाराची विनंती केली, पण त्यानं मंत्र म्हणायला स्पष्ट नकार दिला. कारण त्याला दृढ विश्वास होता, की जर त्याने मंत्राचा उच्चार केला तर त्याला नक्कीच मोक्ष मिळेल.

नारदांनी खूप आग्रह केल्यावर त्यांची क्षमा मागून चाँदविश्वास म्हणाला, ''माझ्यावर माझ्या म्हाताऱ्या आईवडिलांची जबाबदारी आहे आणि जोपर्यंत ही जबाबदारी पूर्ण होत नाही, तोपर्यंत मी हा मंत्र उच्चारणार नाही.''

विश्वास नियम ❑ १२२

नारद चाँदविश्वासला समजून सांगत म्हणाले, ''मी तुझ्या आईवडिलांची संपूर्ण जबाबदारी घेतो, हे मी तुला आश्वासन देतो. जर मंत्राच्या उच्चारणाने तुला मोक्ष मिळाला तर मी इथेच पृथ्वीवर राहून तुझ्या आईवडिलांची आयुष्यभर काळजी घेईन. तू त्याची जराही चिंता करू नकोस... फक्त मंत्राचा उच्चार कर!''

''ठीक आहे. असं जर असेल तर मी मंत्र म्हणायला तयार आहे.'' असं सांगून चाँदविश्वासने मंत्राचा उच्चार केला आणि जसा मंत्र संपला तसे पुष्पक विमान आले आणि त्याला घेऊन निघून गेले. अशा प्रकारे चाँदविश्वासला मोक्ष मिळाला.

चाँदविश्वासच्या ईश्वरावरील दृढ विश्वासाने काय कमाल केली, हे पाहून नारदांनाही आश्चर्य वाटलं. आता त्यांना समजलं, चाँदविश्वासला भगवंताचा परमभक्त का म्हटलं होतं. कारण त्याच्या मनात ईश्वराविषयी किंचितही शंका नव्हती. उलट विश्वास-अविश्वासाच्याही पलीकडचा तो तेजविश्वास होता. यालाच ईश्वराची खरी भक्ती असं म्हटलंय, जिथे अशक्य असं काहीच नसतं.

वरील गोष्ट, ही मोक्षप्राप्तीमध्ये विश्वासाच्या भूमिकेचे वर्णन दर्शवते. मोक्ष ही एक अशी अवस्था आहे, जी शब्दांमधून समजावण्याचा प्रयत्न केला आहे. मात्र याचा अर्थ कुणी कदापि असा घेऊ नये, की पुष्पक विमानात बसून जाणे म्हणजेच मोक्ष आहे!

प्रत्येक मनुष्य जे काही बोलत असतो, तेव्हा तो आपल्या आणि आपल्याच विश्वासाविषयी सांगत असतो. आता जरा मनन करा, तुमचा विश्वास कसा आहे... तुम्ही कशाचा पुनरुच्चार करत आहात... तुमचा विश्वास हा तेजविश्वास बनला आहे का? जर तुम्ही असे म्हणत असाल, 'आत्मस्वरूप मिळणे हा सर्वांचा जन्मसिद्ध अधिकार आहे आणि माझाही!', तर अभिनंदन! असेच होईल! हाच तुमचा तेजविश्वास तुमच्या आध्यात्मिक यात्रेसाठी निमित्त बनेल आणि तुम्हाला याच आयुष्यामध्ये मोक्षप्राप्ती होईल!

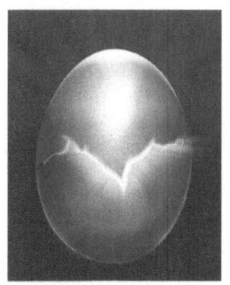

अंधविश्वासाचे रूपांतर विश्वासात कसे कराल

परिशिष्ट विभाग

उद्याचा दिवस तुमच्यासाठी काय घेऊन येईल
हे कुणी सांगू शकत नाही, पण तो जे काही घेऊन येईल,
आपल्या अपेक्षा नक्की पूर्ण करेल, हा विश्वास ठेवा!

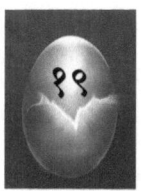

सात प्रकारचे विश्वास
निस्संशय, निस्सीम, निरपेक्ष

माणसामध्ये सात प्रकारचे विश्वास असणे अत्यावश्यक आहे. हे विश्वास माणसाच्या जीवनाचा पाया पक्का करतात. यात एक जरी कमी असेल तरी माणूस आयुष्यभर कोणत्या ना कोणत्या समस्येशी झगडत राहतो. हे सात प्रकारचे विश्वास जाणून घेऊ या!

१. स्वतःवर आणि नात्यांमध्ये विश्वास :

एक म्हण तुम्ही ऐकली असेल, 'जर तुमच्यात आत्मविश्वास असेल तर तुमचा ५०% विजय तेथेच होतो आणि जर आत्मविश्वासाचा अभाव असेल, तर न लढताच तुम्ही अर्धी लढाई हरता.' आत्मविश्वास याचा अर्थ केवळ 'आपल्यावरील विश्वास' असा मुळीच नाही. कारण आपल्या बुद्धीवर जास्त विश्वास हासुद्धा एकप्रकारे अंधविश्वासच आहे. याचा अर्थ, कोणताही माणूस प्रत्येक जागी योग्य असूच शकत नाही. आपण प्रत्येक बाबतीत योग्यच असतो, असा जेव्हा कोणी विचार करू लागतो, तेव्हा त्याची नवीन काही शिकण्याची मानसिकता नष्ट होते आणि तो त्याच त्या चुका वारंवार करत राहतो.

आत्मविश्वास म्हणजे आपल्या क्षमतेवर विश्वास असणं होय. जेव्हा मनुष्याला वाटतं, तो कुठलेही काम करू शकतो, इतकंच नव्हे तर अपयशालाही सामोरे जाऊन निश्चिंत राहू शकतो, तेव्हा हीच खूण आहे त्याच्या आत्मविश्वासाची आणि ती त्याला कोणत्याही कठीण परिस्थितीत विचलित होऊ देत नाही.

अशा प्रकारे स्वतःसह आपल्या नात्यांमध्येही विश्वास ठेवा. मग नातं आईवडिलांचं असो की भावाबहिणीचं, पति-पत्नीचं असो किंवा बॉस-कर्मचाऱ्याचं, प्रत्येक नात्याचा पाया असतो-विश्वास! नातेसंबंध दीर्घकाळपर्यंत टिकवून ठेवण्यामध्ये विश्वासाची भूमिका महत्त्वपूर्ण असते. विश्वास असेल, तर नातेही मजबूत असते, अन्यथा विरून जाते.

यामुळेच आपल्या विश्वासाच्या ताकदीने दुसऱ्यांचाही आत्मविश्वास वाढवायला शिका. उदाहरणार्थ, जे आईवडील आपल्या मुलांना नवनवीन प्रयोग करू द्यायला मनाई करतात, त्या मुलांचा आत्मविश्वास कमजोर होत जातो. असे पालक मुलांना म्हणतात, 'तू हे करू शकणार नाहीस, म्हणून मीच ते करून टाकतो' आणि मग स्वतःच ते काम पूर्णही करून टाकतात. खरंतर त्या वेळी मुलांवर विश्वास ठेवून त्यांनी त्यांच्यातल्या गुणांना काम करण्याची संधी द्यायला हवी. त्यांचा विश्वास वाढवण्यास मदत करायला हवी!

एकलव्य, सूर्यपुत्र कर्ण यांसारख्या महान व्यक्तींच्या प्राचीन गोष्टींमधून हेच स्पष्ट होतं, की केवळ आपल्या आत्मविश्वासाच्या जोरावरच त्यांनी आपलं लक्ष्य साध्य केलं. आजच्या युगातही अशी कितीतरी उदाहरणं अस्तित्वात आहेत, जिथे लोक आत्मविश्वासाच्या जोरावरच पुढे गेले आहेत.

२. गुरूवर विश्वास :

रामकृष्ण परमहंसांचे सर्वांत आवडते शिष्य होते, नरेंद्र अर्थात स्वामी विवेकानंद! गुरूंचं निर्वाण (शरीराचा मृत्यू) झाल्यानंतर स्वामी विवेकानंदांच्या आयुष्यात एक अशी वेळ आली, जेव्हा त्यांना पुढची दिशा स्पष्ट होत नव्हती. एकेदिवशी ध्यान करताना त्यांनी मनातल्या मनातच रामकृष्ण परमहंसांना याबाबतीत प्रश्न विचारला आणि उत्तर मिळणारच हा विश्वास मनात ठेवून तीन दिवसांपर्यंत ते ध्यानात बसून राहिले. त्या वेळी त्यांना रामकृष्ण परमहंस समुद्राच्या पाण्यावरून पश्चिमेच्या दिशेला चालले होते, असं दिसलं.

या चित्रामध्ये दडलेले दोन मुख्य संकेत स्वामी विवेकानंदांनी ग्रहण केले. एक

म्हणजे पश्चिम दिशेकडे जाणे आणि दुसरा, पाण्यावरून चालणे. या दोन्ही संकेतांना एकत्र करून त्यांनी ठरवले, की ते त्यांच्या गुरूंकडून मिळालेल्या ज्ञानाचा प्रसार करण्यासाठी पाश्चिमात्य देशांमध्ये जहाजातून समुद्रसफर करून जातील. त्यासाठी अमेरिकेमध्ये चालू असलेली सर्वधर्मपरिषद हे योग्य माध्यम आहे, असा विचार करून त्यांनी तिथे जाण्याचा निर्णय घेतला.

ही घटना दर्शवते, की माणूस जेव्हा आपल्या गुरूंच्या मार्गदर्शनावर असीम विश्वास आणि आस्था ठेवतो, तेव्हा त्याच्यासमोर नव्या शक्यता खुल्या होतात. अर्थात, जेव्हा तुम्ही गुरूंवर निःसंशय, निस्सीम आणि निरपेक्ष असा विश्वास ठेवता, तेव्हा तुमचे जीवन स्वतःच चमत्कार बनून जातं. जेव्हा तुम्ही एक पाऊल टाकता, तेव्हा गुरू तुमच्यासाठी दहा पावलं टाकतात.

खऱ्या गुरूची ओळख हीच आहे, की आपल्या मनाचे अज्ञान त्यांच्यासमोर समर्पित होते, त्यांच्या उपस्थितीमध्ये मन शांत होते. तुमच्या धारणा, पूर्वग्रह नष्ट होतात आणि त्याही पलीकडे असलेले परमज्ञान प्रकट होते. खरे गुरू शिष्याला विश्वासासह समर्पण शिकवतात, ज्याने त्याचा अहंकार नष्ट होण्याचा मार्ग खुला होतो!

इतिहासाची पाने उलटून पाहिली तर तुम्हाला समजेल, की भारतामध्ये असे अनेक शिष्य होऊन गेले, ज्यांनी गुरूवर निःसंशय, निस्सीम आणि निरपेक्ष असा विश्वास ठेवला. त्यांच्या अतूट विश्वासानेच आध्यात्मिक जगतात क्रांती घडली. संत मीरा, संत नामदेव, समर्थ रामदास, संत मुक्ताबाई, संत कबीर... असे महान लोक आजही सत्य शोधकांसाठी आदर्श ठरतात. अशी अगणित उदाहरणं विश्वासाचा पाया आहेत.

३. ज्ञानावर विश्वास :

गुरूने दिलेल्या ज्ञानावर, शिकवणीवर विश्वास असणे माणसाच्या आध्यात्मिक उन्नतीसाठी अत्यावश्यक आहे. जेव्हा त्याला याचे महत्त्व स्पष्ट होते, तेव्हा त्याच्या मनात 'मी विश्वास का ठेवू?' हा विचारही येत नाही. तो गुरूने केलेल्या सर्वोत्तम मार्गदर्शनावर कार्य करून सहजपणे ते आपल्या जीवनामध्ये उतरवू शकतो. जेव्हा शिष्य आपल्या गुरूने दिलेल्या शिकवणीवर निःशंकपणे आणि कोणतीही मर्यादा न ठेवता विश्वास ठेवू शकतो, तेव्हा तो कठिणात कठीण परिस्थितीवरही सहजपणे मात करू शकतो. शिकवण जरी कितीही सरळ, साधी किंवा अतार्किक वाटली, तरी तिचा अवलंब करून तो अंतिम लक्ष्य साध्य करतो.

कितीतरी महापुरुषांनी आपल्या गुरूंच्या मृत्यूनंतर त्यांच्या मार्गदर्शनाचा प्रसार करण्याच्या उद्देशाने आपलं जीवन समर्पित केलं. जसं, संत एकनाथ, स्वामी विवेकानंद इत्यादी. शीख संप्रदायामध्ये गुरू नानकांच्यानंतर त्यांच्या शिष्यांनी त्यांच्या शिकवणीचा प्रसार केला. कारण गुरूच्या मुखामधून निघालेला एक शब्दसुद्धा शिष्याला आत्मसाक्षात्कारापर्यंत नेऊ शकतो. म्हणूनच गुरूंच्या शिकवणीवर गाढ विश्वास ठेवायला हवा.

४. गुरूंच्या विश्वासावर विश्वास :

तुम्हाला वाटेल, 'हा कसला विश्वास आहे?' पण प्रत्यक्षात हा सुरुवातीचा विश्वास असतो... जेव्हा पूर्ण ब्रह्मांडाची रचना झाली, त्या वेळी त्याच्याबरोबर प्रकट झालेला हा विश्वास आहे. केवळ गुरूच शिष्याच्या आध्यात्मिक उन्नतीवर विश्वास ठेवून त्याला मार्गदर्शन करू शकतात. कित्येकदा शिष्याला स्वतःवरच अविश्वास वाटतो, त्याला अंतिम सत्य प्राप्त होईल की नाही? तो धारणा आणि कुसंस्कार असतानाही मुक्तिमार्गावर पुढे वाटचाल करू शकतो, असा विश्वास गुरू त्याच्यावर ठेवतात. तुम्हीसुद्धा गुरूंच्या विश्वासावर विश्वास ठेवून याच जीवनामध्ये तुमच्यासाठी मुक्तीची दारं उघडा.

५. ईश्वरावर (निसर्गावर) विश्वास :

माणूस ईश्वराला मानतो हे खरंय, पण त्याचा ईश्वरावर पूर्णपणे विश्वास असतोच, असे नाही. कित्येकदा तो आपल्या जीवनात होणाऱ्या चांगल्या-वाईट घटना, फायदा-नुकसान यांच्याकडे पाहून ईश्वरावरील विश्वास कमी-जास्त करत राहतो. त्याने जर संपूर्ण निष्ठेनिशी ईश्वरावर विश्वास ठेवला तर प्रत्येक घटनेचा स्वीकार करून निश्चिंतपणे जीवन जगू शकेल.

एक दांपत्य छोट्या जहाजातून समुद्रातून प्रवास करत असतानाच वादळ आले आणि जहाज डगमगू लागले. हे पाहून त्याची पत्नी घाबरली पण पती महाशय एकदम शांत होते. त्यांना हसताना पाहून पत्नीने विचारले, "तुम्हाला भीती वाटत नाही का?" उत्तरादाखल पतीने आपली तलवार काढली आणि पत्नीच्या मानेवर ठेवली. पतीने विचारले, "आता सांग, तुला भीती नाही का वाटली?" तेव्हा पत्नी म्हणाली, "तुमचे माझ्यावर खूप प्रेम आहे, तुम्ही माझे हितचिंतक आहात, तुम्ही मला हानी का पोहोचवाल बरं?" त्यावर पती म्हणाला, "ईश्वर ही आपला परमपिता आहे, तो सगळ्यांचेच कल्याण चिंततो. कधीच कुणाचं अहित करत नाही. त्यामुळे मी निश्चिंत

आणि निर्भय आहे." हे ऐकून, तिच्या पतीचा ईश्वरावर अढळ विश्वास आहे आणि तोच त्यांचे रक्षण करेल, हे तिला समजलं.

अशाच प्रकारे आपला जर ईश्वरावर अढळ विश्वास असेल तर हीच सर्वांत मोठी संपत्ती आहे.

६. **ईश्वरावर विश्वास :**

मनुष्यावरील ईश्वराचा विश्वास म्हणतो, आत्मस्वरूप (मोक्ष) मिळणे सगळ्यांचाच जन्मसिद्ध अधिकार आहे, पण फारच कमी लोक या गोष्टीवर विश्वास ठेवू शकतात. याचा उल्लेख सगळ्याच धार्मिक ग्रंथांमधून वेगवेगळ्या शब्दांमध्ये केला गेला आहे. मात्र या पुस्तकातल्या गोष्टी आहेत, असं समजून मनुष्य त्यांना सोडून देतो आणि हीनत्वाची भावना, अपराधित्व किंवा शरम यांनी भरलेले जीवन जगतो.

'ईश्वराचा विश्वास माझ्यासाठी काय आहे,' हे जेव्हा माणूस आपल्या अनुभवातून जाणून घेतो, तेव्हा त्याच्या अविश्वासाचे विश्वासात रूपांतर होऊ लागते. त्याच्या मंद आणि बंद मनाची कवाडे उघडू लागतात, ज्यामुळे त्याच्या जीवनात चमत्कारांची शृंखला सुरू होते.

आतापर्यंत सर्वच प्रकारच्या विश्वासांबाबत जाणून घेतल्यानंतर आता तुम्हाला निर्णय घ्यायचा आहे, की तुम्ही तुमचा विश्वास कशा प्रकारे प्रकट कराल? जसं, एखादे मूल जेव्हा आपल्या आईवडिलांना प्रत्येक प्रकारच्या परिस्थितीमध्ये विश्वासासह जगताना पाहते, तेव्हा त्याच्यामध्येही विश्वास निर्माण होतो. याउलट जेव्हा आईवडीलच काही घटनांमध्ये घाबरून जातात, रागावतात किंवा अपराध भावनेने पछाडतात, तेव्हा त्यांची मुलेही अविश्वासाच्या मार्गावरून चालू लागतात. म्हणून केवळ तुमच्यासाठी नाही, तर येणाऱ्या पिढीसाठीसुद्धा विश्वासाचा पाया घालणे आवश्यक आहे, या बोधासह ईश्वराच्या इच्छेवर विश्वास ठेवणे सुरू करा!

७. **ईश्वराच्या इच्छेवर विश्वास :**

'ईश्वराच्या इच्छेशिवाय एक पानही हालत नाही' हे वाक्य तुम्ही ऐकलेच असेल. अर्थात जे काही घडतंय, ते त्याच्या इच्छेनेच होतंय. म्हणूनच ईश्वराच्या इच्छेवर विश्वास असणे महत्त्वाचे आहे.

दुःख, संकटे, अपघात, व्याधी यांच्याशी झगडणारे लोक नेहमीच ईश्वराकडे तक्रार करतात, 'माझ्याच बाबतीत हे असे का घडते? मी कधी कुणाचे वाईट चिंतले नाही, तरी माझ्याबाबतीत वाईट का झाले?' असे प्रश्न विचारणारे लोक ईश्वराच्या

इच्छेवर विश्वास ठेवू शकत नाहीत. किंबहुना ईश्वराची काम करण्याची पद्धत त्यांना अवगत नाही असंच म्हणायला हवं. काही घटनांमध्ये लोक ही गोष्ट विसरून जातात, की त्यांच्या आयुष्यात होणाऱ्या घटना त्यांना दृढ बनवण्याकरिताच आल्या आहेत आणि तो त्यांच्याच प्रार्थनांचा परिणाम आहे. त्यामुळे आपल्या जीवनात जरी नकारात्मक घटना घडत असतील किंवा कितीही समस्या असतील, तरी 'ही ईश्वराची इच्छा आहे, तो जे करतोय ते चांगल्यासाठीच करतोय' असा विश्वास ठेवणे महत्त्वाचे आहे.

या जाणिवेमुळे आपला विश्वास, बाहेरची परिस्थिती पाहून डळमळीत होणार नाही. मग जेव्हा विश्वास डळमळणार नाही तेव्हा समस्याच हलतील.

शेवटी निर्णय तुम्हाला घ्यायचा आहे, की घटनेमुळे काय हलायला हवं? विश्वास की समस्या? जर तुमचा ईश्वरावरचा विश्वास अतूट असेल, तुमचं मन अविचल असेल, तर तुम्ही म्हणाल, 'जर ईश्वराची ही इच्छा असेल, तर माझीही तीच इच्छा आहे.' विचार करा, असा विश्वास जर तुमच्यामध्ये जागृत झाला तर तुमचे जीवन कसे होईल? मग तुम्ही भयभीत होऊन जगणार नाही, दबून राहणार नाही, कामांच्या ओझ्याखाली वाकून राहणार नाही, उलट नकारात्मक घटना घडूनसुद्धा ईश्वरावर विश्वास कायम ठेवाल आणि उन्नतीच्या मार्गावर पुढे जाल.

अंधविश्वास, अविश्वास, विश्वास आणि उमेद

सात प्रश्नोत्तरे

प्रश्न १ : मी जी जी मागणी करतो, प्रार्थना करतो, त्या पूर्ण होतात पण माझ्या कित्येक मित्रांच्या मागण्या पूर्ण होत नाहीत, असं मी कितीतरी वेळा अनुभव घेतला आहे, असं का?

उत्तर : विश्वास हा अंधविश्वास बनू नये, किंबहुना तो योग्य समजेसह आपल्या जीवनात आत्मसात व्हावा. बहुतेक मंदिरे उंच डोंगरांवर बांधण्यामागे कारण आहे. लोक जेव्हा अनेक कष्ट सहन करून अशा मंदिरांत जातात, तेव्हा त्यांचा विश्वास मुक्त होतो, खुला होतो.

प्रार्थना व विश्वास यांचा गहिरा संबंध आहे. ज्या प्रार्थनेमध्ये विश्वास नसतो, ती प्रार्थनाच नाही, ते केवळ शब्द असतात. श्रद्धा, विश्वास आणि शुद्ध भावनेने केलेली प्रार्थना खूप सखोल असे परिणाम घेऊन येते. तुमची प्रार्थना, मागण्या पूर्ण होत आहे. कारण तुमच्यात विश्वास परिपूर्ण आहे. इतरांमध्ये 'कदाचित' सारख्या शंका आणि अविश्वासाच्या भावना निर्माण होत असतील.

याला अशा प्रकारे समजा, की जेव्हा मागण्या केल्या जातात तेव्हा माणसाच्या अंतर्मनातून काही लहरी प्रसारित होतात. मग त्या लहरी ज्या वस्तूंशी जुळतात, त्या वस्तू आयुष्यात आकर्षित होतात. कारण समान गोष्टी एकमेकांकडे आकर्षित होतात, हा निसर्गनियम आहे. म्हणून तुम्ही अशा प्रार्थना अवश्य करू शकता मात्र त्यांच्याबरोबर अंधविश्वास तयार होणार नाही, याची दक्षता बाळगा आणि त्यामागचं विज्ञान व विश्वासनियमसुद्धा समजावून घ्या.

प्रश्न २ : विश्वासात जर एवढी ताकद आहे, तर रोजच्या जीवनात माणसाला या शक्तीचा अनुभव का घेता येत नाही बरं?

उत्तर : कारण बहुसंख्य लोक विश्वासनियमांचे ज्ञान आणि निसर्गाचे कायदे यांपासून वंचित आहेत. ते ईश्वराच्या कार्य करण्याच्या पद्धतीला समजू शकत नाहीत. त्याचबरोबर माणूस देण्याची क्रियाच विसरून गेला आहे. त्याला वाटतं, देण्यामुळे कमी होतं किंवा गमावलं जातं, खरंतर तुम्ही जे दुसऱ्यांना देता, ते कितीतरी अधिक पटीनं वाढून तुमच्याकडे परत येतं. सुख वाटल्यानं अनेक पटींनी वाढतं, ते वाटलं नाही तर कमी होतं. या जगात एकही माणूस असा नाही, ज्याच्याकडे देण्यासारखं काहीच नाही. तुम्ही एखाद्याच्या वाटेवरचे काटे दूर करू शकता... एखाद्याचे अश्रू पुसू शकता... काही क्षणांसाठी एखाद्याला हसवू शकता. काय दिलं, किती दिलं, याला महत्त्व नाही. मात्र तुम्ही काहीतरी दिलंत हे महत्त्वाचं आहे. जो इतरांना देतो त्याला कितीतरी पटीनं अधिक मिळतं आणि ज्याला अधिक मिळतं, तो आणखी देतो. हाच विश्वासनियमाचा आधार आहे.

मात्र आजच्या काळात हा नियम अगदी विरुद्ध झाला आहे. आजच्या युगात आधी घेतलं जातं आणि मगच दिलं जातं. मिळत नाही म्हणून दिलं जात नाही. दिलं जात नाही म्हणून मिळत नाही. अशा उलट्या नियमामुळे माणसाची विचार करण्याची पद्धतही मर्यादित झालेली आहे. मनुष्याला वाटतं, कुणी माझ्याकडे लक्ष दिलं तर मी त्याच्याकडे लक्ष देईन. कुणी माझा वाढदिवस लक्षात ठेवला तरच मी त्याचा वाढदिवस लक्षात ठेवेन. मला जर भेटवस्तू मिळाली तरच मी कुणाला तरी भेटवस्तू देईन. फेसबुकवर मला लाईक केलं नाही तर मी ही कुणाला लाईक करणार नाही. मात्र निसर्गाच्या या अदृश्य नियमांना त्यांच्या मूळ रूपात समजून घेऊन स्वत:च्या विचारांमध्ये परिवर्तन आणण्याची आता वेळ आली आहे.

प्रश्न ३ : विश्वासाचा अतिरेक होऊ शकतो का? 'ओव्हर कॉन्फिडन्स' म्हणजे नक्की काय?

उत्तर : बऱ्याचदा तुम्ही लोकांना हे म्हणताना ऐकलं असेल, 'अमुक एक विद्यार्थी नेहमी चांगले मार्क मिळवायचा. पण या वेळी ओव्हर कॉन्फिडन्समुळे नापास झाला.' मात्र लक्षात घेण्यासारखी गोष्टही आहे, की ओव्हर कॉन्फिडन्स हा शब्द अस्तित्वातच नाही. याला निष्काळजीपणा, अज्ञान, अर्धबेहोशी असं म्हणता येईल.

दुसरी गोष्ट म्हणजे विश्वासाच्या अभावाचा कधीही अतिरेक होऊ शकत नाही. जेव्हा कधी तुम्ही विश्वास ठेवाल तेव्हा लक्षात येईल, फारच कमी प्रमाणात विश्वास ठेवला गेलाय. कारण या विश्वासाची शक्ती असीम, अनंत आणि अद्भुत आहे. याची कुठलीच निश्चित सीमा असू शकत नाही.

चला तर, एका गोष्टीच्या माध्यमातून ओव्हर कॉन्फिडन्सचा अर्थ समजून घेऊयात...

एकदा तीन शिष्य रस्त्यावरून चालले होते. अचानक समोरून त्यांना एक पिसाळलेला हत्ती पळत येत असलेला दिसला. हत्तीवर बसलेला माहूत सर्वांना ओरडून 'हत्तीच्या समोरून दूर जा, तो तुम्हाला पायदळी तुडवेल,' असं सांगून सावध करत होता. माहुताचं असं ओरडणं ऐकून तिघांपैकी दोन शिष्य रस्त्यातून दूर पळून गेले. मात्र तिसरा शिष्य रस्त्यातच उभा राहिला. कारण आपल्या गुरूकडून त्याने ऐकलं होतं, की संकटाच्या वेळी देव त्याच्या भक्तांचं रक्षण अवश्य करतो.

पिसाळलेला हत्ती जवळ आला आणि रस्त्यात उभ्या असलेल्या तिसऱ्या शिष्याला जखमी करून निघून गेला. उरलेले दोन शिष्य गुरूंकडे धावत आले आणि त्यांनी गुरूंना घडलेली हकिकत सांगितली. शिवाय गुरूंना प्रश्न विचारला, 'जर त्या शिष्याला ईश्वरावर इतका विश्वास होता तर ईश्वर त्याच्या मदतीसाठी का नाही आला बरं?' हे ऐकून गुरू म्हणाले, 'त्या माहुताच्या रूपात ईश्वरच तर सर्वांना सावध करत होता. तुम्ही त्या ईश्वराचं ऐकलं म्हणून तुम्ही वाचलात. त्या शिष्यानं ऐकलं नाही म्हणून तो जखमी झाला.' या बोधकथेवरून तुमच्या लक्षात येईल, की तिसरा शिष्य ज्याला विश्वास समजत होता, वास्तविक ते त्याचं अज्ञान आणि निष्काळजीपणा होता.

प्रश्न ४ : गुरूंवर संपूर्ण विश्वास ठेवून आपण आपला आत्मविश्वास गमावतो का?

उत्तर : गुरूंवर विश्वास ठेवण्याचा हा अर्थ अजिबातच नाही, की तुम्ही स्वत:वर अजिबात विश्वास ठेवू नये. जर तुम्ही स्वत:वर विश्वास ठेवत असाल तर तुम्ही तुमचे आई-वडील, भाऊ-बहीण अथवा इतर कोणावरही विश्वास ठेवू नये, असा याचा अर्थ

होत नाही. गुरूंवर १०० टक्के विश्वास ठेवायचाच आहे. कारण गुरूच तुम्हाला स्वत:वर १०० टक्के विश्वास ठेवायला शिकवतात. शिष्यानं स्वत:वर १०० टक्के विश्वास ठेवावा असं वाटणाराच सच्चा गुरू असतो. स्वत:वर विश्वास ठेवता म्हणजे गुरूंविषयी विश्वास नसतो असं नव्हे. गुरू तर मनुष्य आणि ईश्वर यांच्यातला महत्त्वाचा दुवा आहे.

एका ठिकाणी पूर्ण विश्वास असेल तर दुसऱ्या ठिकाणी तसाच विश्वास असू शकत नाही असं मनाचं तर्कशास्त्र सांगतं. मात्र असं वाटणं निरर्थक आहे. तुम्ही एकाच वेळी एकापेक्षा अधिक ठिकाणी तितकाच विश्वास ठेवू शकता. पण हे तेव्हाच शक्य होईल जेव्हा तुम्ही स्वत:वर १०० टक्के विश्वास ठेवायला शिकाल. सच्चे गुरू तेच, जे तुम्ही जसे आहात, तसं स्वत:वर विश्वास ठेवायला शिकवतात. ज्यामुळे तुम्ही विश्वासाची खोली समजू शकता.

विश्वासाची अशी खोली समजल्यानंतर तुमच्या लक्षात येईल, की गुरूवर विश्वास आणि स्वत:वर विश्वास या दोन्ही एकच गोष्टी आहेत. शेवटी जसजसं तुम्ही स्वत:ला जाणू लागाल, तसतसा तुमच्या मनातला द्वैतभाव नष्ट होईल आणि तुमच्या लक्षात येईल, ईश्वर, तुम्ही स्वत:, गुरू, कृपा आणि विश्वास हे सर्व एकच आहेत.

प्रश्न ५ : अंकशास्त्र, वास्तुशास्त्र, ज्योतिषशास्त्र, टॅरो कार्ड यांसारख्या शाखा विज्ञानावर आधारित आहेत, असं म्हटलं जातं. अमुक प्रकारची अंगठी घातल्यानं एखाद्याच्या इच्छा पूर्ण व्हायला लागतात अशी अनेक उदाहरण जगात ऐकायला मिळतात. मग जर असं असेल तर लकी कलर, लकी नंबर, लकी स्टोन, या सर्वांचं खरोखरच महत्त्व आहे का? शुभ मुहूर्त किंवा चांगली दिशा पाहूनच आपण आपली महत्त्वाची कामं करायला हवीत का?

उत्तर : या विषयासंबंधीचं अर्धवट ज्ञान माणसामध्ये अंधविश्वास निर्माण करू शकतं. त्यामुळे हा मुद्दा अधिक विस्तारानं समजून घेण्याची आवश्यकता आहे.

सर्वप्रथम मनुष्याच्या शारीरिक आणि मानसिक आरोग्यासाठी निसर्गानं कितीतरी अमूल्य वस्तू निर्मिल्या आहेत, हे समजून घ्या. जसं, काही झाडं असतात ज्यांच्यामध्ये सांधण्याची क्षमता (हिलिंग पॉवर) असते. काही वनस्पतींचा आयुर्वेदात औषधी म्हणून वापर केला जातो. इतकंच नव्हे तर कितीतरी फुलांच्या अर्कांचा मानसिक स्वास्थ्यासाठी औषधं म्हणून वापर केला जातो. या प्रमाणेच निसर्गात काही अशाही गोष्टी आहेत, ज्या मानवाच्या मानसिक शांतीसाठी लाभदायक सिद्ध झालेल्या आहेत. काही रत्नं

ज्याला आपण स्टोन्स म्हणतो अशी आहेत, ज्यांच्या संपर्कात आल्याने माणूस स्वत:ला नकारात्मक विचारांपासून काही काळ का होईना, पण लांब ठेवू शकतो. काही स्टोन्स असे तरंग परावर्तित करतात, ज्यामुळे माणसाची मनोदशा शांत व्हायला मदत होते.

मात्र या विषयाशी निगडित एक निसटलेला दुवा असा आहे, की असे स्टोन्स धारण केल्यामुळे कित्येकांना सकारात्मक परिणाम मिळतात. कारण स्टोन्स धारण केल्यानंतर त्यांची बिलीफ सिस्टीम अर्थात विश्वास प्रणाली बदलून जाते. स्टोन धारण करण्यापूर्वीचे त्यांचे नकारात्मक विचार सकारात्मकतेत बदलतात.

'माझं नशीबच खराब आहे. त्यामुळेच माझ्या आयुष्यात अशा घटना घडताहेत' असं तुम्ही काही लोकांना सतत म्हणताना पाहिलं असेल किंवा माझ्या नशिबात जितका पैसा असेल तितकाच मला मिळेल... माझे ग्रहतारे ठीक नाहीत... माझ्या राशीमध्ये भाग्योदय नाहीये. बिझनेस सुरू करण्यापूर्वी मी मुहूर्त पाहायला हवा होता. या सर्व नकारात्मक विचारांच्या मागे एक विकार आहे... भीती आणि असुरक्षिततेची भावना...!

आज माणसं आतून खूप भयभीत आहेत. त्यामुळे त्यांना असुरक्षिततेच्या भावनेनं घेरलं आहे. त्यामुळेच आज एकविसाव्या शतकात अंकशास्त्र, ज्योतिषशास्त्र आणि वास्तुशास्त्रसारख्या शाखांना बिझनेसचं स्वरूप प्राप्त झालंय. अर्थात या सगळ्या विज्ञानाच्याच महत्त्वपूर्ण शाखा आहेत. महत्त्वाचं म्हणजे अशा शास्त्रामागचं मनोविज्ञान आपण समजून घ्यायला हवं.

जेव्हा कुणी एखादा मंत्र, प्रार्थना किंवा आशीर्वादाचा मंत्र म्हणत तुमच्या गळ्यात ताईत बांधतात, तेव्हा तुमच्यात एक विश्वास निर्माण होतो. मी आता मंत्राने सिद्ध ताईत बांधला आहे, त्यामुळे पूर्णपणे सुरक्षित आहे. म्हणजेच पहिलं परिवर्तन येतं ते तुमच्या विश्वास प्रणालीमध्ये, बिलीफ सिस्टीममध्ये. या परिवर्तनासाठी मग एखादा ताईत, स्टोन, अंगठी अथवा होमहवन असं कुठलंही कारण असू शकतं. जसा तुमचा विश्वास बदलतो, तसं तुमच्या भावनांमध्येही त्वरित परिवर्तन घडायला लागतं. कारण जसा विश्वास तशी भावना, हा विश्वासाचा मूळ आणि पहिला नियम तुम्ही सुरुवातीलाच जाणला आहे.

एखादी वस्तू, धातू इत्यादी धारण करून जेव्हा तुम्हाला चांगलं वाटायला लागतं, त्याच वेळी तुमच्या मनात सकारात्मक भाव निर्माण होतात. अशा वेळी मग केवळ तुमच्या विचारांशी मिळत्या-जुळत्या लहरीच तुमच्याकडे आकर्षित होतात. तुमच्या आयुष्याकडे असेच लोक आकर्षित होतात, जे स्वत: सकारात्मक विचारांचे आहेत.

मग व्यवसायाची भरभराट करू शकणाऱ्या अनेक कल्पना तुमच्या समोर येत जातात. कारण आता तुमच्या मनातून भीती आणि असुरक्षितता नाहीशी होत जाते. परिणामी तुमच्या इच्छा वास्तवात यायला सुरुवात झालेली असते. अशा प्रकारे तुम्हाला जसे परिणाम प्राप्त होतात, तसा तुमचा विश्वास वाढायला लागतो.

जसजसं तुम्हाला सकारात्मक परिणाम दिसायला लागतात, तसतसा तुमचा विश्वास दृढ विश्वास व्हायला लागतो, पण याठिकाणी तुम्ही एक गोष्ट विसरता आहात, अंगठी, धातू, ताईत अथवा स्टोनच्या माध्यमातून तुमच्या विचारप्रणालीत परिवर्तन झाल्यानेच हे शक्य झालं. मात्र या गोष्टींवर अवलंबून राहून तुम्ही स्वत:वरचा विश्वास गमावू देऊ नका, हेही लक्षात ठेवा.

प्रश्न ६ : आपण अंकशास्त्र, ज्योतिषशास्त्रावर विश्वास ठेवायचा नाही का? आपण केवळ स्वत:च्या विचारांना दिशा देण्याचंच काम करायला हवं का?

उत्तर : नक्कीच. या सर्व गोष्टी अशाच माणसासाठी उपयुक्त ठरू शकतील ज्याने स्वत:च्या आयुष्यात आशा गमावली आहे. जो सतत कुठल्या तरी संकटाचा सामना करून निराश झाला आहे. कारण ग्रह-ताऱ्यांचा मनुष्याच्या मनोदशेवर परिणाम तर नक्कीच होत असतो. अमावस्या आणि पौर्णिमा ही चंद्राची अवकाशातली स्थिती दर्शवते, चंद्राची अवस्था दर्शवते.चंद्राच्या विविध अवस्थांमुळे समुद्राला भरती आणि ओहोटी येते. अर्थातच ब्रह्मांडामधील सर्व गोष्टी एकमेकींशी संलग्न आहेत. यामुळेच चंद्राचा समुद्राच्या पाण्यावर परिणाम होतो.

आपल्या शरीराचा अधिकांश भाग पाण्यानं व्यापलेला आहे. त्यामुळे चंद्राच्या स्थितीचा आपल्या शरीरावर आणि मानसिक आरोग्यावर परिणाम हा होणारच. या सर्व गोष्टींचा अभ्यास आणि विचार करूनच आपल्या ऋषिमुनींनी राशीफलासारख्या शास्त्राची निर्मिती केली. या ऋषिमुनींनी गणित, भौतिकशास्त्र आणि यांसारख्या कित्येक शास्त्रांचा अभ्यास करून काही रेखाचित्रं (आकृत्या) काढली. परिणामी कुंडली, पंचांग यासारख्या गोष्टींची निर्मिती झाली. या सर्वांच्या मदतीने माणसाची जन्मतारीख, जन्म वेळ, ग्रहांची स्थिती.. इत्यादी गोष्टी लक्षात घेऊन त्यांनी अनेक शक्यता वर्तवल्या. पण यामागचा उद्देश खूपच शुद्ध आणि अव्यक्तिगत होता.

तुम्ही जेव्हा एखाद्या डॉक्टरकडे जाता, तेव्हा तो डॉक्टर तुम्हाला तपासून काही चाचण्या करायला सांगतो. समजा तुमचे ब्लड रिपोर्ट पाहून डॉक्टर म्हणतो, की तुम्हाला भविष्यात मधुमेह होण्याची शक्यता आहे. तेव्हा आहाराकडे विशेष लक्ष द्या. हे ऐकून

माणसाच्या मनात नकारात्मक विचार येतात, 'अरे देवा, आता माझं काय होणार? बहुतेक मी लवकरच मरणार...' मात्र दुसरीकडे असेही रुग्ण असतात, जे डॉक्टरांना आणि निसर्गाला धन्यवाद देतात आणि म्हणतात, 'आता मी माझ्या आरोग्याकडे अधिक लक्ष देईन. मला वेळेआधीच कळालं हे किती चांगलं झालं!'

त्याचप्रमाणं काही शास्त्रज्ञांनी ग्रहताऱ्यांची स्थिती, निसर्गातील उपलब्ध वस्तू अशा शक्यतांचा अभ्यास करून काही गोष्टी जगासमोर ठेवल्या. मात्र काळानुरूप त्यात भेसळ होत गेली. व्यक्तिगत स्वार्थापोटी त्यातला अभ्यास गायब झाला. अर्थात ज्या शास्त्रज्ञांनी या ज्ञानाचा शोध लावला, त्यांना याची पूर्ण कल्पना होती, की या शास्त्रातलं ज्ञान म्हणजे अंतिम मार्ग नव्हे. मात्र मनुष्याला मार्गदर्शकाच्या रूपात याचा उपयोग होऊ शकतो.

समजा एखाद्या ज्ञानी आणि या शास्त्रांचा अभ्यास असणाऱ्या ज्योतिषानं एखाद्याला सांगितलं, 'अमुक एक कालावधीमध्ये तुमचं आरोग्य बिघडू शकतं...' तर याचा अर्थ, ज्योतिषा जे सांगतो एक संकेत मानून तुम्ही आरोग्याची काळजी घ्यायला हवी. मात्र माणूस अशा संकेतांनी जेव्हा घाबरून जातो, तेव्हा असे संकेत वरदान ठरण्याऐवजी शाप ठरतात. कारण असा घाबरलेला मनुष्य मग कर्मकांडामध्ये अडकून पैसा आणि वेळ व्यर्थ दडवून ग्रह-ताऱ्यांचा गुलाम बनून जातो. विचारांना दिशा देण्याऐवजी कर्मकांड, लकी स्टोन्स, लकी नंबर यामध्ये तो अडकून पडतो. मग हेच लकी स्टोन काही दिवसांनी त्याच्या शरीराचा अविभाज्य भाग बनून जातात.

मग अशा वेळी जर हा लकी स्टोन हरवला तर माणसाच्या पायाखालची जमीन सरकते, तो घाबरून जातो. त्यामुळे अंतत: जिथे या सर्व गोष्टी त्याला साहाय्यभूत ठरणार होत्या, त्याच आता भीती आणि असुरक्षिततेचं कारण बनून जातात. परिणामी व्यक्ती प्रत्येक क्षणी अशा 'लकी' गोष्टींवर अवलंबून राहते. स्वत: आत्मनिर्भर होऊ शकत नाही आणि त्याचा आत्मविश्वास गमावून बसते.

म्हणूनच तुम्हाला जर आयुष्यात यश मिळवायचं असेल, तर अंगठी धारण करण्याऐवजी समज, आकलन प्राप्त करा. एखाद्या लकी रंगाचा शर्ट नव्हे तर विश्वासरूपी भावनेचा शर्ट परिधान करा. कुठल्याही दिशेची चिंता करण्याऐवजी स्वत:च्या विचारांना दिशा द्या. कारण वास्तुशास्त्र, अंकशास्त्र अथवा अशा इतर कुठल्याही शास्त्रापेक्षा मोठा आहे तो तुमचा विश्वास! मात्र जर तुमचा विश्वास अढळ असेल तर तुम्हाला अशा कुठल्याही गोष्टीत अडकण्याची आवश्यकताच नाही.

जगात तुम्ही असे अनेक लोक बघाल, ज्यांनी स्वत:मध्ये अनेक कमतरता

असूनही सर्वकाही मिळवलेलं असतं. याचं कारण म्हणजे, आपलं ध्येय गाठण्याची त्यांची उमेद आणि त्यासाठीचा असलेला दृढ विश्वास!

प्रश्न ७ : आशा म्हणजे काय? त्याचा विश्वासाशी काय संबंध आहे?

उत्तर : प्रत्येक माणसात कुठली ना कुठली आशा जागृत असते. उदाहरणार्थ, लहान मुलांना खेळणं मिळण्याची आशा, विद्यार्थ्यांना चांगले गुण मिळण्याची आशा, सैनिकांना युद्ध जिंकण्याची आशा, माता-पित्यांना पाल्यांकडून आशा, भुकेलेल्याला अन्नाची तर बेघर असणाऱ्याला घराची, भक्ताला ईश्वरभेटीची आशा असते.

आशा, उमेद जागृत ठेवणे म्हणजे अंधारात आशेचा किरण पाहणे. जेव्हा मनुष्याच्या जीवनात अंधकाराचे काळे ढग जमा होतात, तेव्हा सूर्याचा एक लहानसा किरणही त्याच्या आयुष्यात उमेद जागवतो. या आशेमुळेच मनुष्य कुठल्याही परिस्थितीचा सामना करू शकतो. आशा ही अशी गोष्ट आहे, जी माणसाला पुढे जाण्याची प्रेरणा देत असते. आशा अशी काडी आहे, जी बुडत्याला आधार देते. त्यामुळेच म्हटलं जातं, की कधीही आशा सोडू नका. चला, हीच गोष्ट एका साध्या पण उत्तम बोध देणाऱ्या उदाहरणातून समजून घेऊ या.

एका घरासमोर एक कुक्कुटपालन केंद्र होतं. पाऊस सुरू होण्याआधी एकदा तिथं खूप मोठं वादळ आलं. त्यामुळे ते कुक्कुटपालन केंद्र पूर्ण उद्ध्वस्त झालं. मात्र तरीही दुसऱ्या दिवशी पहाटे एक कोंबडा त्यातून बाहेर आला आणि सूर्योदयाच्या वेळी नेहमीप्रमाणे आरवला. त्या कोंबड्याच्या आरवण्याचा अर्थ इतकाच होता, की सूर्योदय झालाय. आपण एका नव्या दिवसात प्रवेश करतो आहोत. आजचा दिवस आपल्या आयुष्यात एक नवा आशेचा किरण, विश्वासाचा प्रकाश आणि उमेद घेऊन आलाय. त्यामुळे आजचा दिवस पुन्हा नव्यानं जगायला हवा.

विचार करण्यासारखी गोष्ट ही आहे, की जर कुक्कुटपालन केंद्र उद्ध्वस्त होऊनही दुसऱ्या दिवशी तिथला कोंबडा नेहमीप्रमाणे आशा कायम ठेवून सूर्योदयाला स्वतःचं काम करू शकतो, तर अनंत अडचणींना सामोरं जाऊन माणूस ही आशेचा दिवा तेवत ठेवू शकतो.

विश्वास आणि उमेद, आशा यांचा गहिरा संबंध आहे. कारण जेव्हा एखाद्या गोष्टीवर विश्वास ठेवणं माणसाला कठीण जातं, तेव्हा तो आशेपासून सुरुवात करतो. या आशेमुळेच तो स्वतःच्या विश्वासाला बळ देतो. जर, एखादी व्यक्ती यावर विश्वास ठेवू शकत नसेल, की त्याच्या आयुष्यात घडणाऱ्या नकारात्मक घटना चांगल्यासाठीच

घडताहेत तर अशा स्थितीत तो किमान इतकी तरी आशा बाळगू शकतो, 'कदाचित भविष्य चांगलं असेल...' अशा प्रसंगांमधल्या घटनाच विश्वास वाढवण्यास हातभार लावत असतात.

तुम्ही बघितलं असेल, जर एखादी व्यक्ती वाईट परिस्थितीतून जात असेल, तर तिला दिलासा देण्यासाठी लोक, 'आशा सोडू नकोस, सगळं काही चांगलं होईल. ईश्वरावर विश्वास ठेव. तो सगळं काही ठीक करेल' अशा शब्दात दिलासा देतात. अशा वेळी वाईट परिस्थितीतून जाणाराही विचार करतो, खरंच तर आहे, सर्वकाही ठीक होईल. कितीही वाईट परिस्थिती असली तरी, जेव्हा व्यक्ती उमेद ठेवते, तेव्हा ती आशावादी आणि प्रयत्नशील बनते. उमेद व्यक्तीला कार्यप्रवण राहण्यासाठी प्रोत्साहित करते. मात्र जेव्हा माणसाची उमेद नाहीशी होते तेव्हा निराश होऊन तो प्रयत्न करणं सोडून देतो. काही माणसं तर इतकी निराश होतात, की ती शरीरहत्यादेखील करतात.

आज जे लोक यशाच्या शिखरावर पोहोचलेले तुम्ही पाहत आहात, त्यांनाही त्यांच्या आयुष्यात अनेक नकारात्मक परिस्थितीचा, नैराश्याचा सामना करावा लागतो पण अशा लोकांनी उमेद सोडलेली नसते. उलट विश्वास ठेवून सातत्यानं ते प्रयत्न करत राहिले आणि यशाच्या शिखरावर पोहोचले. तुम्हालाही आता उमेदीची ताकद आणि विश्वासनियमांचा आधार, हा खात्रीशीर मार्ग गवसला आहे. तेव्हा याचा उपयोग करून आपल्या जीवनाला दिशा द्या.

हे पुस्तक वाचल्यानंतर आपला अभिप्राय कृपया या पत्त्यावर अवश्य पाठवा.
Tej Gyan Global Foundation,
Pimpri Colony Post Office, P.O.Box 25, Pune-411017. Maharashtra (India).

एक अल्प परिचय
सरश्री

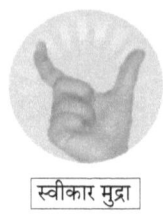

स्वीकार मुद्रा

सरश्रींचा आध्यात्मिक शोधाचा प्रवास त्यांच्या बालपणापासूनच सुरू झाला होता. हा शोध सुरू असतानाच त्यांनी अनेक प्रकारच्या पुस्तकांचं अध्ययन केलं. त्याचबरोबर या शोधकाळात त्यांनी अनेक ध्यानपद्धतींचा अभ्यासही केला. त्यांच्यातील या जिज्ञासेने त्यांना अनेक वैचारिक आणि शैक्षणिक संस्थांमध्ये जाण्यासाठी प्रेरित केलं. जीवनाचं रहस्य समजण्यासाठी त्यांनी **प्रदीर्घ काळ मनन करून आपलं शोधकार्य सातत्याने सुरू ठेवलं. या शोधातूनच त्यांना 'आत्मबोध' प्राप्त झाला.** आत्मसाक्षात्कारानंतर त्यांना जाणवलं, की **अध्यात्माचा प्रत्येक मार्ग ज्या शृंखलेने जोडलेला आहे, तो म्हणजे 'समज'** (Understanding). आत्मबोधप्राप्तीनंतर त्यांनी अध्यापनाचं कार्य थांबवलं आणि जवळ जवळ दोन दशकांहूनही अधिक काळ आपलं समस्त जीवन मानवजातीच्या कल्याणासाठी आणि आध्यात्मिक विकासासाठी अर्पण केलं.

सरश्री म्हणतात, ''सत्यप्राप्तीच्या सर्व मार्गांचा प्रारंभ जरी वेगवेगळ्या मार्गांनी होत असला, तरी सर्वांचा अंत मात्र एकच समज प्राप्त केल्याने होतो. ही **'समज'च सर्व काही असून ती स्वतःमध्ये परिपूर्ण आहे.** आध्यात्मिक ज्ञानप्राप्तीसाठी या 'समजे'चं श्रवणच पुरेसं आहे.'' ही समज प्रकाशमान करण्यासाठी आजपर्यंत त्यांनी **आध्यात्मिक विषयांवर तीन हजारांहून अधिक प्रवचनं दिली आहेत.** या प्रवचनांद्वारे ते अध्यात्मातील अतिशय गहन संकल्पना सहज, सुलभ आणि व्यावहारिक भाषेत समजावून सांगतात. समाजातील प्रत्येक स्तरावरील मनुष्य सरश्रींद्वारे सांगितल्या जाणाऱ्या या समजेचा लाभ घेऊ शकतो.

ही समज प्रत्येकाला आपल्या अनुभवातून प्राप्त व्हावी, यासाठी सरश्रींनी **'महाआसमानी परमज्ञान शिबिर'** आणि त्यासाठी आवश्यक असणारी कार्यप्रणाली (सिस्टिम) तयार केली. **तिचा लाभ आज लाखो लोक घेत आहेत.** या प्रणालीला आय.एस.ओ. (ISO 9001:2015) प्रमाणपत्रही लाभलंय. या प्रणालीमुळेच अनेकांना सत्यमार्गावर वाटचाल करण्याची प्रेरणा मिळाली आहे. या समजेचा प्रचार

आणि प्रसार करण्यासाठी त्यांनी 'तेजज्ञान फाउंडेशन' या आध्यात्मिक संस्थेचा पाया रचला. **'हॅपी थॉट्सद्वारे उच्चतम विकसित समाजाची निर्मिती करणे,'** हेच या संस्थेचं मुख्य उद्दिष्ट आहे.

विश्वातील प्रत्येक मनुष्य आज सरश्रींच्या मार्गदर्शनाचा लाभ घेऊ शकतो. त्यासाठी कोणत्याही धर्म, जात, उपजात, वर्ण, पंथ वा लिंग यांचं बंधन नसतं. विश्वाच्या प्रत्येक कानाकोपऱ्यांतील लोक आज 'तेजज्ञान'च्या अनोख्या ज्ञानप्रणालीचा (System for Wisdom) लाभ घेत आहेत. याच व्यवस्थेचा आणखी एक महत्त्वपूर्ण भाग म्हणजे, **दररोज सकाळी आणि रात्री ९ वाजून ९ मिनिटांनी लाखो लोक विश्वशांतीसाठी प्रार्थना करत आहेत.**

बेस्ट सेलर पुस्तक 'विचार नियम' शृंखलेचे रचनाकार म्हणूनही सरश्रींना ओळखलं जातं. **केवळ पाच वर्षांच्या कालावधीत या पुस्तकाच्या १ कोटीपेक्षा अधिक प्रती वितरित** झाल्या आहेत. याशिवाय आजवर त्यांनी विविध विषयांवर **१०० हून अधिक पुस्तकं लिहिली** आहेत. त्यांपैकी 'विचार नियम', 'स्वसंवाद एक जादू', 'शोध स्वतःचा', 'स्वीकाराची जादू', 'निःशब्द संवाद एक जादू', 'संपूर्ण ध्यान' इत्यादी पुस्तकं बेस्ट सेलर झाली आहेत. ही पुस्तकं दहापेक्षा अधिक भाषांमध्ये अनुवादित असून, पेंगुइन बुक्स, हे हाउस पब्लिशर्स, जैको बुक्स, मंजुळ पब्लिशिंग हाउस, प्रभात प्रकाशन, राजपाल ॲण्ड सन्स, पेंटागॉन प्रेस आणि सकाळ प्रकाशन इत्यादी प्रमुख प्रकाशन संस्थांद्वारे ती प्रकाशित झाली आहेत.

तेजज्ञान फाउंडेशन परिचय

तेजज्ञान फाउंडेशन आत्मविकासातून आत्मसाक्षात्कार प्राप्त करण्याचा एक मार्ग आहे. यासाठी सरश्रींद्वारा एक अनोखी बोधप्रणाली (System for Wisdom) निर्माण झाली आहे. या प्रणालीला आंतरराष्ट्रीय प्रमाणपत्राद्वारे ISO 9001:2015च्या आवश्यकतेनुसार आणि निकष पडताळून सरळ, व्यावहारिक आणि प्रभावी बनवलं गेलं आहे.

या संस्थेच्या प्रबोधनपद्धतीच्या भिन्न पैलूंना (शिक्षण, निरीक्षण आणि गुणवत्ता) स्वतंत्र गुणवत्ता परीक्षकांद्वारे (Quality Auditors) क्रमबद्ध पद्धतीने पडताळलं गेलं. त्यानंतर या पैलूंना ISO 9001:2015 साठी पात्र समजून या बोधपद्धतीला हे प्रमाणपत्र प्रदान करण्यात आलं.

या फाउंडेशनचे लक्ष्य आहे नकारात्मक विचारांकडून सकारात्मक विचारांकडे वाटचाल. सकारात्मक विचारांकडून शुभ विचारांकडे म्हणजे हॅपी थॉट्सकडे प्रगती. शुभ विचारांकडून निर्विचार अवस्थेकडे मार्गक्रमण आणि निर्विचार अवस्थेच्या अंती आत्मसाक्षात्कार प्राप्ती. 'मी सर्व विचारांपासून मुक्त व्हावे' हा विचार म्हणजे शुभु विचार (हॅपी थॉट्स). 'मी प्रत्येक इच्छेपासून मुक्त व्हावे', अशी इच्छा म्हणजे शुभ इच्छा.

तेजज्ञान म्हणजे ज्ञान व अज्ञान या दोहोंच्या पलीकडचे ज्ञान. पुष्कळ लोक सामान्य ज्ञानाच्या (General Knowledge) माहितीलाच ज्ञान मानतात. परंतु अस्सल ज्ञान आणि नुसती माहिती यांत फार मोठे अंतर आहे. आजमितीला लोक सामान्य ज्ञानाच्या उत्तरांनाच जास्त महत्त्व देतात. अशा ज्ञानाचे विषय म्हणजे कर्म आणि भाग्य, योग आणि प्राणायाम, स्वर्ग आणि नरक इत्यादी. आजच्या युगात सामान्यज्ञान प्राप्त करणारे लोक, शिक्षक मोठ्या प्रमाणावर आहेत; परंतु हे ज्ञान ऐकून जीवनात परिवर्तन घडून येत नाही. असे ज्ञान म्हणजे केवळ बुद्धिविलास आहे किंवा अध्यात्माच्या नावावर चाललेला बुद्धीचा व्यायाम आहे.

सर्व समस्यांवरील उपाय आहे तेजज्ञान. क्रोध, चिंता आणि भय यांपासून मुक्त जीवन म्हणजे तेजज्ञान. शारीरिक, मानसिक, सामाजिक, आर्थिक आणि आध्यात्मिक प्रगतीचा, सर्वांगीण प्रगतीचा मार्ग आहे तेजज्ञान. तेजज्ञान आपल्या अंतरंगात आहे. येथे या आणि या गोष्टीचा अनुभव घ्या.

आपल्याला असे ज्ञान हवे आहे, की जे सामान्य ज्ञानापलीकडे आहे, जे प्रत्येक समस्येवरील उत्तर आहे, जे प्रत्येक समजुतीपासून, गृहीत धारणांपासून आपल्याला मुक्त

करते, ईश्वरी साक्षात्कार घडविते, अंतिम सत्यात स्थापित करते. आता वेळ आली आहे शाब्दिक, सामान्यज्ञानातून बाहेर येऊन तेजज्ञानाचा अनुभव घेण्याची!

आजवर जप-तप, तंत्र-मंत्र, कर्म-भाग्य, ध्यान-ज्ञान, योग-भक्ती असे अनेक मार्ग अध्यात्मात सांगितले आहेत. या सर्व मार्गांनी प्राप्त होणारी अंतिम समज, अंतिम ज्ञान, बोध एकच आहे. अंतिम सत्याच्या शोधकाला, साधकाला शेवटी जी एकच 'समज' प्राप्त होते, ती 'समज' श्रवणानेसुद्धा प्राप्त होऊ शकते. अशा समजप्राप्तीसाठी श्रवण करणे यालाच तेजज्ञान प्राप्त करणे म्हटले गेले आहे. तेजज्ञानाच्या श्रवणाने सत्याचा साक्षात्कार घडतो, ईश्वरीय अनुभव मिळतो. हेच तेजज्ञान सरश्री महाआसमानी शिबिरात प्रदान करतात.

महाआसमानी परमज्ञान शिबिर परिचय आणि लाभ (निवासी)

तुम्हाला सर्वोच्च आनंद हवाय? असा आनंद, जो कोणत्याही बाह्य कारणावर अवलंबून नाही... जो प्रत्येक क्षणी वृद्धिंगत होतो. या जीवनात तुम्हाला प्रेम, विश्वास, शांती, समृद्धी आणि परमसंतुष्टी हवी आहे का? शारीरिक, मानसिक, सामाजिक, आर्थिक आणि आध्यात्मिक अशा आयुष्याच्या सर्व स्तरांवर यशस्वी होण्याची तुमची इच्छा आहे का? 'मी कोण आहे' हे तुम्हाला अनुभवाने जाणावंसं वाटतं का?

तुमच्या अंतर्यामी अशा सर्व प्रश्नांची उत्तरं जाणण्याची इच्छा आणि 'अंतिम सत्य' प्राप्त करण्याची तृष्णा असेल, तर तेजज्ञान फाउंडेशनतर्फे आयोजित 'महाआसमानी शिबिरा'त तुमचं स्वागत आहे. हे शिबिर सरश्रींच्या मार्गदर्शनावर आधारित आहे. सरश्री, आजच्या युगातील आध्यात्मिक गुरू असून, ते आजच्या लोकभाषेत अत्यंत सहजपणे आध्यात्मिक समज प्रदान करतात.

महाआसमानी परमज्ञान शिबिराचा उद्देश :

विश्वातील प्रत्येक मनुष्यानं 'मी कोण आहे', या प्रश्नाचं उत्तर जाणून तो सर्वोच्च आनंदाच्या अवस्थेत स्थापित व्हावा, हाच या शिबिराचा मुख्य उद्देश आहे. प्रत्येकाला असं ज्ञान प्राप्त व्हावं, जेणेकरून त्यानं प्रत्येक क्षणी वर्तमानात जगण्याची कला आत्मसात करावी. तो भूतकाळाचं ओझं आणि भविष्याची चिंता यांतून मुक्त व्हावा. प्रत्येकाच्या

आयुष्यात कधीही न संपणारा आनंद आणि योग्य समज यावी. शिवाय, प्रत्येकानं समस्या विलीन करण्याची कला आत्मसात करावी. थोडक्यात, मनुष्यजन्माचा उद्देश सफल व्हावा, हाच या शिबिराचा उद्देश आहे.

'मी कोण आहे? मी येथे का आहे? मोक्ष म्हणजे काय? या जन्मातच मोक्षप्राप्ती शक्य आहे का?' असे प्रश्न जर तुमच्या मनात असतील, तर त्यांवरील उत्तर आहे- 'महाआसमानी परमज्ञान शिबिर'.

महाआसमानी परमज्ञान शिबिराचे मुख्य लाभ :

वास्तविक या शिबिराचे लाभ तर असंख्य आहेत; पण त्यांपैकी मुख्य लाभ पुढीलप्रमाणे-

* जीवनात शक्तिशाली ध्येय निश्चित होतं
* 'मी कोण आहे' हे अनुभवाने जाणता येतं (सेल्फ रियलायजेशन)
* मनाचे सर्व विकार विलीन होतात.
* भय, चिंता, क्रोध, बोरडम, मोह, तणाव या नकारात्मक बाबींतून मुक्ती
* प्रेम, आनंद, मौन, समृद्धी, संतुष्टी, विश्वास अशा दिव्य गुणांशी युक्ती
* साधं, सरळ पण शक्तिशाली जीवन जगता येतं
* प्रत्येक समस्येचं निराकरण करण्याची कला प्राप्त होते
* 'प्रत्येक क्षणी वर्तमानात जगणं' हा तुमचा स्वभाव बनतो
* आपल्यातील सर्व सकारात्मक शक्यता खुलतात
* याच जीवनात मोक्षप्राप्ती होते

महाआसमानी परमज्ञान शिबिरात सहभागी कसं व्हाल?

या शिबिरात सहभागी होण्यासाठी तुम्हाला खालील बाबींची पूर्तता करायची आहे-

१. तुमचं वय कमीत कमी अठरा किंवा त्यापेक्षा अधिक असायला हवं.

२. सर्वप्रथम तुम्हाला 'सत्य-स्थापना' (फाउंडेशन ट्रुथ रिट्रीट) शिबिरात सहभागी व्हावं लागेल. या शिबिरात, तुम्ही प्रामुख्यानं दोन बाबी शिकाल- प्रत्येक क्षणी वर्तमानात जगण्याची कला कशी आत्मसात करावी आणि निर्विचार अवस्था कशी प्राप्त करावी.

३. प्राथमिक स्तरावर तुम्हाला काही प्रवचनं ऐकायची असून, त्यांतून तुम्ही मूलभूत

समज आत्मसात कराल आणि महाआसमानी शिबिरात प्रवेश करण्यासाठी तयार व्हाल.

हे शिबिर साधारणपणे एक-दोन महिन्यांच्या अंतराने आयोजित करण्यात येतं. यात हजारो सत्यशोधक सहभागी होतात. या शिबिराची तयारी दोन पद्धतींनी करू शकता. पहिली पद्धत- मनन आश्रम, पुणे येथे ५ दिवसीय शिबिरात भाग घेऊ शकता. दुसरी पद्धत- तेजज्ञान फाउंडेशनच्या जवळच्या सेंटरवर जाऊन सत्यश्रवणाद्वारेही करू शकता. महाराष्ट्रात अहमदनगर, सातारा, औरंगाबाद, नाशिक, नागपूर, वर्धा, अमरावती, चंद्रपूर, यवतमाळ, कोल्हापूर, सांगली, रत्नागिरी, लातूर, बीड, नांदेड, परभणी, पनवेल, मुंबई, ठाणे, सोलापूर, पंढरपूर, जळगाव, अकोला, बुलढाणा, धुळे, भुसावळ आणि महाराष्ट्राबाहेर सुरत, अहमदाबाद, बडोदा, नवी दिल्ली, बेंगलुरू, बेळगाव, धारवाड, रायपूर, भुवनेश्वर, कोलकाता, रांची, लखनौ, कानपूर, चंदीगढ, जयपूर, चेन्नई, पणजी, म्हापसा, भोपाळ, इंदोर, इटारसी, हर्दा, विदिशा, बुऱ्हाणपूर या ठिकाणी महाआसमानी शिबिराची पूर्वतयारी करू शकता.

तेजज्ञान फाउंडेशनमध्ये उपलब्ध असणाऱ्या सरश्रीलिखित पुस्तकांचं वाचन करून तुम्ही या शिबिराची पूर्वतयारी करू शकता. याशिवाय, तुम्ही रेडिओ किंवा यू ट्युबवरील सरश्रींच्या प्रवचनांचा लाभही घेऊ शकता. पण लक्षात घ्या, पुस्तकांतील ज्ञान, रेडिओ आणि यू ट्युबवरील प्रवचनं म्हणजे 'तेजज्ञानाची तोंडओळख' आहे; 'संपूर्ण तेजज्ञान' मुळीच नाही. तुम्ही महाआसमानी शिबिरात सहभागी होऊनच तेजज्ञानाचा आनंद घेऊ शकता. तेव्हा आगामी महाआसमानी शिबिरात सहभागी होण्यासाठी आजच संपर्क करा- 09921008060/75, 9011013208

महाआसमानी परमज्ञान शिबिरस्थान :

हे शिबिर पुण्यातील मनन आश्रम येथे आयोजित केलं जातं. येथे तुमच्या निवासाची आणि भोजनाची व्यवस्था केली जाते. तुम्हाला काही शारीरिक व्याधी असतील आणि त्यासाठी जर तुम्ही नियमितपणे औषधं घेत असाल, तर शिबिरात येताना ती सोबत बाळगावीत. शिवाय, वातावरणानुसार गरम कपडे, स्वेटर, ब्लँकेटही आणावं.

पुणे शहरापासून १७ किलोमीटर अंतरावर अत्यंत निसर्गरम्य परिसरात मनन आश्रम वसलेला आहे. आश्रमात महिला आणि पुरुष यांच्या निवासाची स्वतंत्र व्यवस्था असून येथे जवळपास ८०० लोकांच्या राहण्याची व्यवस्था आहे. आपण हवाईमार्ग, हायवे किंवा रेल्वे अशा कोणत्याही मार्गाने पुण्यात येऊ शकता.

मनन आश्रम : मनन आश्रम, पुणे, सर्व्हे नं. ४३, सणस नगर, नांदोशी गाव, किरकटवाडी फाटा, तालुका- हवेली, जिल्हा- पुणे- ४११०२४. फोन- 09921008060

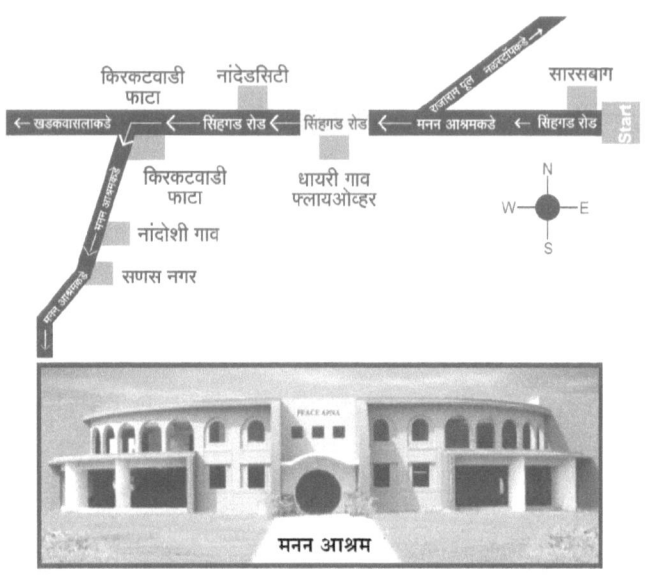

आता एका क्लिकवर शिबिराची नोंदणी!

आता तुम्ही पुढील शिबिरांसाठी **ऑनलाइन** नोंदणी करू शकता.

महाआसमानी परमज्ञान शिबिर परिचय आणि लाभ (५ दिवसीय निवासी शिबिर)

मॅजिक ऑफ अवेकनिंग (केवळ इंग्रजी भाषिकांसाठी ३ दिवसीय महाआसमानी शिबिर)

आध्यात्मिक नींव स्थापना (किशोरवयीन मुलांसाठी मिनी महाआसमानी निवासी शिबिर)

 www.tejgyan.org

'सरश्रीं'द्वारे रचित इतर पुस्तकं

आत्मविश्वास आणि आत्मबळ

यशाचं शिखर गाठणारे पंख

Also available in Hindi

'व्यक्तिमत्त्व विकास' हा आजच्या जगातला परवलीचा शब्द! पण व्यक्तिमत्त्व विकास म्हणजे केवळ बाह्यविकास नसून 'आत्मविकास' हीच त्याची पहिली पायरी आहे. आत्मविकास साधण्यासाठी अनिवार्य असणारा गुण म्हणजे 'आत्मविश्वास'.

प्रस्तुत पुस्तक केवळ विद्यार्थ्यांसाठी किंवा आत्मविश्वासाचा अभाव असणाऱ्यांसाठी लिहिलं नसून, विश्वातल्या प्रत्येक मनुष्यासाठी या पुस्तकाची निर्मिती करण्यात आलीय. विद्यार्थी, शिक्षक आणि गृहिणी यांपासून ते व्यावसायिकांपर्यंत आणि आजच्या युवापिढीपासून ते आध्यात्मिक मार्गावर वाटचाल करणाऱ्या साधकांपर्यंत सर्वांसाठी हे पुस्तक म्हणजे यशाचा पासवर्डच!

या पुस्तकात वाचा - ● आत्मविश्वास म्हणजे काय? ● आपली खरी ओळख काय? ● आत्मविश्वास प्राप्त करण्याच्या मार्गातील अडथळ्यांवर मात कशी करावी? ● विश्वासाच्या शक्तीने जग कसं जिंकाल? ● विश्वातील कोणतंही कठीण काम पूर्ण करण्याचा आत्मविश्वास कसा प्राप्त करावा? ● आत्मविश्वास आणि अहंकार यात फरक काय? ● विचारांना आणि भावनांना दिशा कशी द्यावी?

क्षमेची जादू

क्षमेचं सामर्थ्य जाणा,
सर्व दुःखांपासून मुक्त व्हा

Also available in Hindi & English

तुम्ही स्वतःवर प्रेम करता का? तुम्हाला सदैव आनंदी राहायचं आहे का? तुमचे कौटुंबिक, सामाजिक, व्यावसायिक नातेसंबंध मधुर आणि दृढ करायचे आहेत का? तुम्हाला जीवनात यशाचं शिखर गाठायचं आहे का?

या सर्व प्रश्नांची उत्तरं होकारार्थी असतील, तर तुम्हाला केवळ एकच शब्द म्हणायला शिकायचं आहे तो म्हणजे 'सॉरी' 'मला माफ करा.' सॉरी, क्षमा, माफी... शब्द कोणतेही असो, मनःपूर्वक माफी मागितल्याने जीवनात चमत्कार घडू लागतात, तुमचं अंतःकरण (इन-साफ) शुद्ध, स्वच्छ होतं. एवढंच नव्हे, तर तुमची मागील सर्व कर्मबंधनं नष्ट होऊन, भाग्योदय होतो. प्रस्तुत पुस्तकाद्वारे आपण हीच क्षमेची जादू शिकणार आहोत.

❋ तेजज्ञान इंटरनेट रेडिओ ❋

तेजज्ञान इंटरनेट रेडिओद्वारे २४ तास ३६५ दिवस, सरश्रींच्या प्रवचन आणि भजनांचा लाभ घ्या. त्यासाठी पाहा लिंक -
http://www.tejgyan.org/internetradio.aspx

विविध भारती F.M. वर दर रविवारी
सकाळी १०:०५ ते १०:१५ वा.

नोट : या कार्यक्रमांच्या वेळेत बदल झाल्यास नोंद ठेवावी.

www.youtube.com/tejgyan च्या साहाय्यानेदेखील सरश्रींच्या प्रवचनांचा लाभ घेऊ शकता.
For online shoping visit us - www.tejgyan.org,
www.gethappythoughts.org

आपणास हवी असलेली पुस्तकं घरपोच मिळण्यासाठी मनीऑर्डर पाठवा. ही पुस्तकं आमच्या खर्चाने रजिस्टर्ड पोस्ट, कुरिअर आणि व्ही.पी.पी.द्वारे पाठवली जातील. त्यासाठी खालील पत्त्यावर संपर्क साधावा.

वॉव पब्लिशिंग्ज् प्रा. लि.

*रजिस्टर्ड ऑफिस : E-4, वैभव नगर, तपोवनमंदिराजवळ, पिंपरी, पुणे -४११०१७
* पोस्ट बॉक्स नं. ३६, पिंपरी कॉलनी, पोस्ट ऑफिस, पिंपरी-पुणे - ४११०१७
फोन नं. : 09011013210 / 9146285129
आपण पुस्तकांची ऑर्डर ऑनलाईनही देऊ शकता.
लॉग इन करा - www.gethappythoughts.org
५०० रुपयांहून अधिक किमतीची पुस्तकं मागवल्यास १०% सूट मिळेल आणि डिलिव्हरी फ्री.

तेजज्ञान फाउंडेशनच्या मुख्य शाखा

पुणे : (रजिस्टर्ड ऑफिस)

विक्रांत कॉम्प्लेक्स, तपोवन मंदिराजवळ, पिंपरी, पुणे : ४११ ०१७.
फोन : (०२०) २७४१२५७६, २७४११२४०

मनन आश्रम :

सर्व्हे नं. ४३, सणस नगर, नांदोशी गांव, किरकटवाडी फाटा,
तालुका : हवेली, जि. पुणे: ४११ ०२४. फोन : ०९९२१००८०६०

e-books

The Source ● Celebrating Relationships ● The Miracle Mind ● Everything is a Game of Beliefs ● Who am I now ● Beyond Life ● The Power of Present ● Freedom from Fear Worry Anger ● Light of grace ● The Source of Health and many more. Also available in Hindi at gethappythoughts.org

Free apps

U R Meditation & Tejgyan Internet Radio on all platforms like Android, iPhone, iPad and Amazon

e-magazines

'Yogya Aarogya' & 'Drushtilakshya'
emagazines available on www.magzter.com

e-mail

mail@tejgyan.com

website

www.tejgyan.org, www.gethappythoughts.org

---

* नम्र निवेदन *

विश्वशांतीसाठी लाखो लोक दररोज सकाळी
आणि रात्री ९:०९ मिनिटांनी प्रार्थना करत आहेत.
कृपया, आपणही यामध्ये सहभागी व्हा.

विश्वास नियम ▫ १५२

www.ingramcontent.com/pod-product-compliance
Lightning Source LLC
LaVergne TN
LVHW041845070526
838199LV00045BA/1451
9789387696839